சுந்தர காண்டம்

சுந்தர காண்டம்

பழ. பழநியப்பன்

கிழக்கு

சுந்தர காண்டம்
Sundara Kaandam
Pala. Palaniappan ©

First Edition: July 2006
128 Pages
Printed in India.

ISBN: 978-81-8368-148-3
Title No: Kizhakku 799

Kizhakku Pathippagam
177/103, First Floor,
Ambal's Building, Lloyds Road
Royapettah, Chennai 600 014.
Ph: +91-44-4200-9603

Email : support@nhm.in
Website : www.nhm.in

Author's Email : pjee@vsnl.com
Wrapper Painting : Maniam Selvan

Kizhakku Pathippagam is an imprint of New Horizon Media Private Limited

This book is sold subject to the condition that it shall not, by way of trade or otherwise, be lent, resold, hired out, or otherwise circulated without the publisher's prior written consent in any form of binding or cover other than that in which it is published and without a similar condition including this the rights under copyright reserved above, no part of this publication may be reproduced, stored in or introduced into a retrieval system, or transmitted in any form or by any means (electronic, mechanical, photocopying, recording or otherwise), without the prior written permission of both the copyright owner and the above-mentioned publisher of this book.

நன்மையும் செல்வமும் நாளும் நலகுமே;
தின்மையும் பாவமும் சிதைந்து தேயுமே;
சென்மமும் மரணமும் இன்றித் தீருமே -
இம்மையே 'ராம' என்ற இரண்டு எழுத்தினால்.

மனம் மகிழட்டும்

எல்லார் கண்களிலும் படும்படி இதை ஒட்டி வையுங்கள். சர்வ மதங்களுக்கும் பொதுவான பிரபஞ்ச சக்தியைப் போற்றும் துதி.

- உலகமெல்லாம் நிறைந்த பரம்பொருளே
  எல்லா உயிரும் நீயே
  எல்லா செல்வங்களும் நீயே
  உனது அருள் எப்போதும் எங்களைக்
  காத்து நிற்கிறது
  இந்த உண்மையை நாங்கள் உணர
  அருள்புரிவாய்.

- பசிக்கு உணவு ஆவாய்
  பருகும் நீர் ஆவாய்
  நோய்க்கு மருந்தாவாய்

- இருள்போக்கும் ஒளியே
  வறுமை நீக்கும் செல்வமே
  வாழ்வும் வளமும்
  உனது நன்கொடைகள்
  அன்பும் அறனும் உனது
  அற்புதப் படைப்புகள்

- பிரபஞ்சமே பராசக்தியே
  உன்னில் பிறந்து
  உன்னில் வளரும் எங்களை
  உன்னதமாக்கி அருள்புரிவாய்!

உள்ளே

●	சுந்தர காண்டம் தரும் பலன்கள்	...	10
1.	பயமில்லை... ஜெயம் உண்டு!	...	15
2.	அதிசய இலங்கை!	...	22
3.	கனாக் கண்டேன் தோழி!	...	32
4.	கணையாழி காட்டினான்!	...	48
5.	சூடிக் கொடுத்த சூடாமணி	...	60
6.	அசோகவனம் அழிந்தது!	...	70
7.	கிங்கர அரக்கர்கள்	...	75
8.	செத்தான் சம்புமாலி!	...	79
9.	பஞ்ச சேனாபதிகள் படை!	...	82
10.	அக்ககுமாரன் அழிந்தான்!	...	86
11.	பிரம்மாஸ்திரத்தில் பிடிபட்டான்!	...	92
12.	இராவண சபையில் இராமதூதன்!	...	98
13.	வாலில் வைத்த தீ!	...	108
14.	இராமன் தலைமையில் வானரப் படை!	...	113
●	இராம பட்டாபிஷேகம்	...	120

சுந்தர காண்டம்
படித்தால்
கிடைக்கும் பலன்கள்

சுந்தர காண்டத்தில் சொல்லப்படுவது 'சீதாயணம்'. இராமாயணக் காண்டங்களுக்குள் சுந்தர காண்டம் தனித்து நிற்கிறது; அந்த தனித்த சிறப்பே அதற்குப் பேரழகை ஊட்டுகிறது.

சுந்தர காண்டம் காவியத்துக்குள் ஒரு காவியம். அதனால்தான் இராமாயணம் முழுவதையும் பாராயணம் பண்ண சக்தியும், அவகாசமும் இல்லாதவர்கள் சுந்தர காண்டத்தை மட்டும் பாராயணம் செய்வது வழக்கமாகி வந்துள்ளது.

மந்திர ஜால வார்த்தைகளில் விடை தேடாமல் பளிச்சென்று சொல்ல வேண்டுமானால் பாராயணப் பழக்கம் ஏற்பட்டது நம்பிக்கையால்; அதுவும் எப்படிப்பட்ட நம்பிக்கை? அவரவர் ஆயிரம் பிரச்னைகளுக்கும் அங்கே கிடைக்கும் நம்பிக்கையான விடை.

மற்றொன்று அந்த நம்பிக்கையை உண்டு பண்ணும் நாம மகிமை.

இராமாயணக் கதை முழுவதுமே சுந்தர காண்டத்துக்குள் அடங்கிவிடுவதால் நம் பிரச்னைக்காக நாம் தேடும் விடையும் கிடைத்து விடுகிறது. அதற்கு அத்தியாவசியமான அடிப்படையானது நம்பிக்கை. அந்த நம்பிக்கையை ஊட்டும் ஒரே ஒரு டானிக்கான இராமபிரானைவிட இராம நாமா சாதிப்பதை, பிரத்யட்சமாக காண்ட ஆரம்பத்திலேயே அனுமன் அனுபவித்துக் காட்டி விடுகிறான். அது 'கண்டேன் சீதையை' என்பது வரை தொடர்ந்து கைமேல் பலனைக் காட்டி வருவதைப் படிப்பவர் - பாராயணம் செய்பவர்கள் உணர்வார்கள்; அனுவிப்பார்கள்.

அதனால்தான் சுந்தர காண்டம் கேட்டதையெல்லாம் அள்ளித் தரும் கற்பக விருட்சமாக, கொட்டிக் கொடுக்கும் காமதேனுவாக உள்ளது. தம்பதியர் ஒற்றுமையாக இருப்பார்கள். திருமணம் கைகூடும். ஜாதக தோஷமா? எல்லாம் தூர விலகி ஓடும். குழந்தைப் பேறு இல்லையா? சுகப் பிரசவம் ஆக வேண்டுமா? மழலைச் செல்வம் மடியில் தவழும். வேலை இல்லையா? மனதுக்குப் பிடித்த நிறைவான வேலை கிட்டும். உள்ள வேலையில் உயர்வு வரவில்லையா? உச்சாணியில் கொண்டுவைக்கும். உழைத்தும் பயன் இல்லையா? பெயர் இல்லையா? புகழ் இல்லையா? பேரும் புகழும் பெருகும்.

தொழிலில் மந்தமா? நஷ்டமா? மந்த கதி மாறி, துரித நடை போடும்; நஷ்டமானது நொடித்துப் போய், லாபம் அள்ளிக் கொட்டும். எதிரிகளால் தடையா? எதிர்ப்பே காணாது போய்விடும். வியாதியா? வந்த நோய் வைத்தியத்துக்கு அடங்காது ஆட்டம் காட்டுகிறதா? வியாதி இருந்த இடம் தெரியாமல் போகும். ஆயுள், ஆரோக்கியம், சந்தானம், சம்பத்து, தனம், தான்யம் முதலிய சகல செல்வமும் பயன்களும் உங்களைத் தேடி வந்தடையும்.

இதைப் பாராயணம் செய்வது எப்படி?

சுந்தர காண்டக் கதையை சுலபமான நடையில் தந்திருக்கிறோம். அதை முழுவதும் படியுங்கள்; வாய் விட்டுப் படியுங்கள். ஒரே நாளில் முழுக்கப் படிக்க அவகாசமில்லையா? பரவாயில்லை 3,

5, 7 என்று ஒற்றைப் படைத் தவணையில் ஏதாவது ஒன்றைத் தேர்ந்தெடுத்துக் கொண்டு படியுங்கள். அதுதான் - பாராயணம் செய்வது.

ஒரே நாளில் பாராயணம் செய்பவர்கள் அதிகாலையில் ஆரம்பித்து உச்சிக்குள் முடித்துக் கொள்ளுங்கள். மூன்று நாளோ, ஐந்து நாளோ, ஏழு நாளோ பாராயணம் செய்பவர்கள் தினமும் காலையில் இந்தப் பதினான்கு படலங்களையும் கீழே காட்டியுள்ளபடி பிரித்துக் கொண்டு படியுங்கள். ஆனால் தினமும் அன்றைக்குரிய பகுதியைப் படித்ததும் ஸ்ரீராம பட்டாபிஷேகப் பகுதியையும் கடைசியில் படித்து முடித்து சுவாமி படத்தின் முன்பு நைவேத்தியம் படைத்து, தீபம் காட்டி நிறைவு செய்யுங்கள்.

    3 நாள்   :   1 - 5; 6 - 10; 11 - 14.

    5 நாள்   :   1 - 3; 4 - 6; 7 - 10; 11 - 12; 13 - 14.

    7 நாள்   :   1 - 2; 3 - 4; 5 - 6; 7 - 8; 9 - 10; 11 - 12; 13 - 14.

நைவேத்தியம் : வீட்டிலிருக்கும் எதாவது ஒரு பழம் அல்லது சர்க்கரை சேர்த்த பால் (இரண்டுமே சாதாரணமாக வீட்டில் பெரும்பாலும் இருக்கக் கூடியது).

'ஸ்ரீராம ஜெயராம ஜெய ஜெயராம' என்று அனுமனே இராம பிரானுக்காகப் போட்ட மந்திர நாம ஜெபத்தைப் பாராயணம் ஆரம்பிக்கும் முன்னும், முடித்தபிறகும் பத்துத் தடவை வாய் விட்டு மனதாரக் கண்ணை மூடிக் கொண்டு தியானித்தபடிச் சொல்லுங்கள்.

பாராயணத்தை ஒரு தரம் முழுவதும் 1 நாளிலோ, 3 நாள்களிலோ 5 நாள்களிலோ 7 நாள்களிலோ சொல்வது ஒரு சுற்று. முழுவதும் படித்து முடித்ததும் யாருக்காவது ஒருவருக்கு அன்னதானம் செய்யுங்கள். வசதியுள்ளவர்கள் அன்னதானத்தின் எண்ணிக்கையையும் ஒற்றைப் படையாக வசதிக்குத் தக்கபடி கூட்டிக் கொள்ளலாம்.

அறிந்தோ, அறியாமலோ மின்சார விசையில் கை வைத்தால் எப்படி மின் விளக்கு ஒளிரத் தொடங்கி வெளிச்சம் பரவுகிறதோ, அப்படியே பொருள் அறிந்து படித்தாலும், அறியாமல் படித்தாலும் அந்த ஒலி அதிர்வலைகள் உரிய பலனை நமக்குத் தரத் தான் செய்யும். விசையை அமுக்கினால் அது மின் கம்பி மூலம் சென்று எப்படி விளக்கை எரிய வைக்கிறது என்ற விஞ்ஞானம் தெரியாமல் இருக்கலாம்; ஆனால் விசையை அமுக்கினால் விளக்கு எரியும் என்ற அடிப்படை நம்பிக்கை இருப்பதுதான் முக்கியம். எண்ணங்கள் மிக வலிமையானவை. நல்லதையே எண்ணி நம்பிக்கையோடு படியுங்கள்; நல்லது நிச்சயம் நடக்கும்.

ஸ்ரீராம ஜெயராம ஜெய ஜெயராம.

பயமில்லை... ஜெயம் உண்டு!

1

கம்பன் எழுதிய இராமாயணப் பாடல்களை அப்படியே படிப்ப தென்பது எல்லாருக்கும் எளிதல்ல. செய்யுள் நடை காரணமாக - பொருள் புரியத் தாமதமாகலாம்.

கம்பனை அடியொற்றி, லயித்துப் படிக்க வசதியாக எளிமையான உரைநடையில் இது எழுதப்பட் டிருக்கிறது. படிக்கப் படிக்க மனத் தில் இன்பம் பெருகுவதை உணர் வீர்கள்.

கடல் தாண்டினான் அனுமன்

'கடல் கடந்து இலங்கைக்குச் சென்று சீதையைக் கண்டு ஆறுதல் சொல்லி மீட்க வல்லவர் அனுமனே' என்றான் ஜாம்பவான். இது கழுகரசன் சம்பாதி

யின் யோசனை. அனுமன் கடல்தாவ மகேந்திரமலை உச்சிக்குச் சென்று பெரு வடிவு எடுத்தான்.

அப்படி மகேந்திரமலை உச்சியிலிருந்து அனுமன் பார்த்த பொழுது தேவர் உலகம் அவன் கண்களுக்கு அருகில் தெரிந்தது. அதுதான் இலங்கையோ என்று சந்தேகப்பட்டான். அது தேவர் உலகம் என்ற உண்மையை உணர்ந்ததும் சீதை அங்கு இருக்க முடியாதே என்று எண்ணிச் சற்றே கீழே பார்க்க, தூரத்தே தெரிந்த இலங்கையைக் கண்டதும் எட்டுத் திசைகளும் அதிரும்படி தன் தோள்களைக் கொட்டி ஆர்ப்பரித்தான்.

கடலைத் தாவ ஏதுவாக அனுமன் அம்மலையின் மீது தன் கால்களை ஊன்றி அழுத்த, அம்மலை தன் வயிறு கிழிந்து குடல் பிதுங்கியது. அம்மலைக் குகையில் வாழும் பாம்புகள் தீயைக் கக்கும் வாயை உடையனவாய் உராய்ந்து புரண்டு வெளிப்பட்டன. அந்த மலையில் உள்ள பறவைகளோ பேரிரைச்சலிட்டுக் கொண்டு சூரிய ஒளியே மறையும்படி ஆகாயம் முழுவதும் பரவிப் பறந்தன.

அனுமனின் பாரத்தைத் தாங்க முடியாமல் அம்மலை தன்மீது தவழ்ந்து கொண்டிருந்த நட்சத்திர மண்டலம், மேக மண்டலம் இவற்றை விட்டு விலகி பூமியை நோக்கித் தாழ்ந்து வந்தது. அது கடலில் மூழ்கிக் கொண்டிருக்கும் மரக்கலம் போலவும், அனுமன் அக்கலத்தின் பாய்மரம் போலவும் தோற்றத்தை ஏற்படுத்தியது.

அம்மலையிலிருந்து பாய்ந்து வந்த சுனைகளின் தண்ணீரில் பொடியாக உதிர்ந்த மென்மையான சந்தனம், குங்குமப்பூ, குங்குலிகம், மகரந்தப் பொடிகள் போன்றவற்றின் செந்நிறம் கலந்து வந்தது. அம்மலை அனுமனின் பாரத்தைப் பொறுக்காது வயிறு கிழிந்து இரத்தத்தைக் கக்குவது போன்றிருந்தது.

இவ்வாறு பல நிகழ்ச்சிகள் நடந்து கொண்டிருக்கும்போதே தேவர்களும், முனிவர்களும், மற்றும் மூவுலகைச் சேர்ந்தோரும் அங்கு விரைந்து வந்து கூடினர். மலர்க் கொத்துக்களையும் சந்தனத்தையும் நறுமணத் தூள்களையும் அனுமன் மீது தூவி அவன் நன்று சென்றுவர வென்று வர நல்லுரை கூறி வாழ்த்தினர்.

ஜாம்பவான் போன்ற அனுமனின் உறுதுணை நண்பர்களும் 'காரியத்தில் கருத்துடனிருந்து முடித்துக் கொண்டு வருக' என அனுமனுக்கு அறிவுறுத்தினர். புறப்படத் தயாராகிய அனுமன் மார்பினை முன்புறமாக வளைத்து கால்களைச் சற்று அழுத்தியதுதான் தாமதம், உடன் அம்மலை மட்டுமன்றி அவன் கால்களும் பூமியில் அழுந்தின.

அனுமன் தன் வாலை உயரத் தூக்கி, மார்பை ஒடுக்கிக் கழுத்தை உள்ளுக்கு இழுத்து, தோள்கள் பூரிக்க, பாய்வதற்கு உதவியாக கைகளை முன்னே நீட்டி, வலுவான கால்களை மடக்கி உதைத்து, புயல் போன்ற வேகத்தை உண்டாக்கி, கண் பார்வை செல்லும் அளவையும் கடந்து செல்லுமாறு விரைவு கொண்டு வானில் உயர எழுந்தான்.

அனுமனின் வேகத்தினால் மேலே உந்தப்பட்ட மரங்களும் கொடிகளும் கற்களும் மிருகங்களும் கடல் மீது இறையப்பட்டு, கடலே தூர்ந்துவிட்டது போலானது; பின்னொரு நாளில் இராம பிரான் கோபங்கொண்டு அமைப்பதற்கு முன்பே சேது அணை அமைக்கப்பட்டுவிட்டது போன்றிருந்தது. அது மட்டுமா? அந்த வேகத்தினால் கடல் நீர் பிளவுபட, கீழே இருக்கும் நாகர்கள் உலகமாம் பாதாளலோகம் தெரியவே, அனுமன் நாகராஜனாம் ஆதிசேஷன் வாழும் இடத்தைக் காணும் பேறு பெற்றேன் என்று எண்ணினான்.

அனுமனின் வேகத்தைக் கண்ணுற்ற தேவர்கள் 'திருமால் அன்று தனது கால்களால் அளந்த ஆகாயத்தை அனுமன் பாசக் கயிறு போன்ற தன் வாலினால் அளந்தான்' என்று திகைத்து நின்றனர். அனுமன் ஆகாயத்தில் சென்ற வேகத்தினால் சுற்றியுள்ள காற்றின் வலிமை அதிகரிக்க, அதனால் வானத்தில் பறந்து கொண்டிருந்த தேவர்களின் விமானங்கள் நிலை தடுமாறின.

அனுமனை உபசரித்த மலை

அனுமன் புயல் வேகத்தில் சென்றபோது, மைந்நாகம் என்ற மலை கடலினின்று எழுந்து வானத்தை முட்டி நின்றது.

அம்மலை தன் பயணத்துக்கு இடையூறு என்று உணர்ந்த அனுமன் அதனைத் தலை கீழாகத் தள்ளிவிட்டு தொடர்ந்து

பறக்கத் தொடங்கினான். உடனே அந்த மலை சிறிய மானிட வடிவம் பூண்டு அனுமனருகில் வந்து நின்று தன் கதையையும், தான் எழுந்து வந்ததற்கான காரணத்தையும் கூறிற்று.

முன்னொரு காலத்திலே மலைகள் எல்லாம் இறகுடையன வாய்த் தாம் நினைத்த நினைத்த இடங்களுக்கு எல்லாம் பறந்து கண்ட இடங்களில் எல்லாம் தங்கி உலகத்துக்குத் துன்பம் செய்ய, தேவர்களின் வேண்டுகோளினால் இந்திரன் தனது வச்சிராயுதத்தால் மலைகளின் சிறகுகளை முறித்தான். அப்போது வாயு பகவான் மைந்நாகமலையை ஆபத்தினின்று தப்புவிக்க, கடலில் தள்ளி வீழ்த்திக் காப்பாற்றினான். அவ்வாயு தேவனின் புதல்வனாகிய அனுமன் மீது அன்பு கொண்டு தன்னாலான உதவியைச் செய்ய வேண்டுமெனக் கருதி வந்ததாகவும், சிகரங்களில் சிறிது இளைப்பாறி அனுமன் அதன் உபசரிப்பை ஏற்றுச் செல்ல வேண்டும் என வேண்டியது.

மைந்நாகம் கெடுதல் இல்லாதவன் என்றுணர்ந்த அனுமன் அவனிடம் விரைவில் இலங்கை சென்று இராமபிரானிட்ட பணிகளை நிறைவேற்றி மீண்டும் திரும்பினால் அப்போது விருந்து உபசாரத்தை ஏற்பதாகக் கூறி, எடுத்த பணிக்கிடையே சபலத்துக்குச் சிறிதும் இடம் கொடாத மன உறுதியுடன் தன் பயணத்தைத் தொடர்ந்தான்.

விழுங்கத் தயாரான நாகமாதா

அச்சமயம் அங்கு வந்த தேவர்கள் அனுமன் பெரிய உருவம் கொண்டு மகேந்திரமலை புதையும் வகையில் தாவிப் பறக்கத் தொடங்கியதாலும், மைந்நாக மலையைக் கடலில் தலை கீழாகத் தள்ளியதாலும் அவனது பலத்தைக் கண்கூடாகக் கண்டிருந்தனர், தமது காரியம் பலிக்க வேண்டுமென்ற ஐயத்தினால், நாகமாதாவான சுரசை என்ற தூய சிந்தனை உடையவளிடம் அனுமனின் மன வலிமையை உணர்ந்து அறிந்து தெரிவிக்க வேண்டிக் கொண்டனர். அதனை ஏற்று சுரசை பெரிய வாயையுடைய ஓர் அரக்கி உருவம் எடுத்து அனுமன் எதிரே தோன்றி ஆகாயத்தினிடத்தும் தன் தலை முட்டுமாறு வளர்ந்து நின்று வழிமறித்தாள்.

அனுமன், தானாகவே வலிய வந்து அவள் வாயினுள் புக வேண்டுமென்று சுரசைக் கூறினாள். இராமபிரானின் கட்டளையை முடித்து மீண்டும் வந்தால் தானே தன் உடலை அவளுக்குப் புசிக்க அளிப்பதாகச் சொன்னான்.

அப்பதிலால் கோபமடைந்த சுரசை அனுமன் உடலைத் தின்றே தீருவதாக ஆணை கூறினாள். உடனே அனுமன், தான் அவள் வாயில் புகுந்து செல்லுவதாகவும், வலிமையிருந்தால் விழுங்கும்படியும் பதில் கூறினான். அதுகேட்ட அரக்கி அனைத்து அண்டங்களும் வந்து நுழைந்தாலும் நிரம்பாத தன் வாயை மேலும் பெரியதாக்கி விழுங்கத் தயாரானாள். அதைக் கண்ட அனுமனோ, அவளின் அந்தப்பெரிய வாயே சிறிதாகும்படி பேருரு எடுத்து நின்றான். உடனே அனுமன் தடாலென தன் உருவைச் சுருக்கி சுரசையின் வாயில் புகுந்து, அவள் ஒரு முறை சுவாசிப்பதற்குள் வெளியே வந்து விட்டான். அச் சமயோசித செயலைக் கண்ட தேவர்கள் மூன்றாம் முறையும் அவன் மன வல்லமையைக் கண்டதால் இனிமேல் ஆபத்திலிருந்து அவன் காப்பான் என்று அவனை மெச்சிப் பூமழை பொழிந்து வாழ்த்தினர். அனுமன் மீண்டும் பெரு வடிவம் எடுத்து தன் பயணத்தைத் தொடர முற்பட்டதும், சுரசைத் தன் சுய உருவுடன் தாயினும் பரிவுடையவளாய்த் தோன்றி அவனால் முடியாதது எதுவும் இனி இல்லை என்று வாழ்த்தினாள்; அவனும் அவளுக்கு ஆசி கூறி மேலே தொடர்ந்தான்.

அனுமன் செய்த செயற்கரிய செயலை வியந்து பலரும் பல வகையாகத் தங்கள் மகிழ்ச்சியை வெளிப்படுத்தினர். குதிரை முகமும் மனித உடம்பும் கொண்டு எப்போதும் ஆணும் பெண்ணுமாய் இரட்டைப்பட்டு நின்று கிந்நரம் என்னும் வாத்தியத்தைக் கைக்கொண்டு பாடித்திரியும் கின்னரர் பாடினர். தேவ மகளிர் ஆடிக் கொண்டே பாடினர். பூதகணங்கள் பின்தொடர்ந்து புகழ்ச்சியுரை கூறினர். அந்தணப் பெரியோர் வேதங்களை ஓதினர்; தென்றல் காற்று மந்தார மலர்களின் மணத்தை வீசி அனுமனின் முகத்திலே அரும்பிய வியர்வைத் துளிகளைத் துடைத்தது!

அரக்கியின் அறைகூவல்

அப்படி அனுமன் சென்று கொண்டிருந்தபோது அங்காரதாரை என்ற அரக்கி தன்னைக் கடந்து செல்பவர் யார் என்று அதட்டிக் கொண்டே எதிரே வந்தாள். ஒரு காத தூரம் வரை நோக்கும் திற னுடைய கண்ணை உடைய அவள், மிகப் பெரிய வாயை உடை யவளாயிருந்தாள். கீழே கடல் நீர் கால்களை அலம்ப, தலையோ வானத்தைத் தொட உயர்ந்து நின்ற அவளைக் கண்ட அனுமன் அறத்தையும் அருளையும் அடியோடு அழித்தவள் அவள் என்று உணர்ந்தான். மண்ணையும் விண்ணையும் தொட்டுக் கொண்டு பெருவாயை அகலத் திறந்து கொண்டு இருந்ததால் அனுமன் தொடர்ந்து செல்ல வேறு வழியில்லை. அவள் வாய் வழியாகப் புகுந்து வயிற்றைக் கிழித்துக் கொண்டு வரக் கருதினான். வழியை அடைத்து நிற்கும் அவளை யார் என்றும் ஏன் வழியில் நிற்கிறாள் என்றும் கேட்டான்.

அதற்கு அங்காரதாரை தன்னைப் பெண் தானே என்று நினைக்க வேண்டாம், தன்னை எதிர்த்தால் வானவரும் உயிர் விடுவர், எமனே வந்தாலும் தான் உண்ண நினைத்த உயிரை உண்ணாமல் தடுப்பது அரிது என்று பதில் சொல்லியபடி தன் வாயைத் திறந்தாள்.

அனுமன் அவள் வாயினுள் புகுந்து வயிற்றினுள் சென்றான். கண்ணிமைப்பதற்குள் அனுமன் அவள் வயிற்றைக் கிழித்துக் கொண்டு, பிளந்த தூணிலிருந்து நரசிங்கமூர்த்தி வெளிப்பட்டது போல வந்தான்; அரக்கி வாய்விட்டு அலற அவள் குடலைப் பிடுங்கி எடுத்த கைகளோடு அனுமன் வானில் பறக்கத் தொடங்கினான்.

அறை கூவல்களையும் சவால்களையும் கண்டு ஓடி ஒளியாது நேர் நின்று எதிர்கொண்டு சமாளித்த அனுமனின் மனத் துணிவைக் கண்ட தேவர்கள் மகிழ்ச்சியால் ஆரவாரம் செய்த னர். பிரம்மன் மலர்களை வெள்ளமாகத் தூவினார். கயிலையில் உள்ள சிவபிரானும் ஆச்சரியத்தோடு பார்த்தார்; முனிவர்களில் முதிர்ந்தோர் ஆசி கூறினர்.

இலங்கையே சொர்க்கபுரி...

ஆனால் அனுமன் தனக்கு வழியில் தொடர்ந்து நடந்த இடையூறு களை அசைபோட்டு, எப்படியாவது விரைவில் கடலைக் கடந்து இலங்கையை அடையவேண்டும், அப்போதுதான் தான் வந்த காரியம் நிறைவேறும் என்றெல்லாம் எண்ணினான். வானரர்கள் இராம நாமத்தைச் சொன்ன மாத்திரத்திலே கழுகரசன் சம்பாதிக்கு, சிறகு முளைத்து வளர்ந்ததைத் தன் கண்ணால் கண்டதால் அனுமனுக்கு ஒன்றன்பின் ஒன்றாக நிகழும் துன்பங்களைக் கடந்து உய்யும் உபாயம் ஒன்று உண்டேல், அது இராமநாமத்தைச் சொல்லுவதே என்ற உறுதி தோன்றிற்று.

'இராமா' என்று ஒரு தரம் சொன்னாலே பலநூறு துன்பங்களும் விலகி ஓடும். 'இராமா' என்று நெஞ்சில் நினைத்தாலே பல காலம் படுத்திய துயர்கள் பறந்தோடும் தீரும். 'இராமா' என்று ஒரு முறை அழைத்தாலே அடியார் படு துயரெல்லாம் தீரும். இராம நாமமுண்டு பயமில்லை, இனி ஜெயமே என்றெல்லாம் எண்ணி இராம நாமத்தைச் சொல்லிக் கொண்டே அனுமன் கடலை முற்றும் கடந்து இலங்கையை இனிதே அடைந்தான். இலங்கை நகரத்தினுள்ளோ, மதில் மீதோ இறங்கினால் பாதுகாப்பு ஏற்பாடுகள் எப்படி இருக்கும் என்றறிய முடியாததால், நகருக்குச் சிறிது ஒதுங்கி இருந்த பவள மலையில் இறங்கினான்.

இலங்கையின் அழகை எல்லாம் அம் மலையிலிருந்து கண்ட அனுமன் தேவலோகம் இதற்கு இணை என்பது இழிவாகும்; இதை விட அழகாக அது இருக்குமானால், உலகங்களை எல்லாம் வென்ற இராவணன் இந்நகரில் தங்கி வாழ மாட்டான் என்று எண்ணினான். வேண்டியபடியே வேண்டியதெல்லாம் கிடைத்து, விரும்பியவற்றை வெறுப்பின்றி தெவிட்டாமல் அனுபவிக்கும் சுகம் முடிவில்லாது எங்கு கிடைக்கிறதோ, அது தான் சொர்க்கம் என்று வேதங்களும் கூறுவதால் இலங்கையே சொர்க்கபுரி என்று தெரிந்தது. மூவுலகங்களிலும் உள்ள பொருள்கள் அனைத்தும் அங்கு கண்ட அனுமன், இலங்கையின் செல்வ வளமையையும் பெருமையையும் எண்ணி வியந்தான்.

2

அதிசய இலங்கை!

பொன் மாளிகைகள்;
கற்பக மரங்கள்...

அனுமன் பவளமலை மேலிருந்த படியே இலங்கை நகரை உற்றுநோக்கினான்.

இலங்கையின் மாட மாளிகைகளும், கூட கோபுரங்களும் மின்னலைக் கொண்டு ஒளி கூட்டப் பெற்றனவா அல்லது சூரிய ஒளியால் ஒளி ஏற்றப் பெற்றனவா என்று உண்மையைத் தெரிந்து கொள்ள முடியாது அமைந்திருந்தன.

அப்படிப்பட்ட மாளிகைளில் இளம் மங்கையர்கள் தாங்கள் வளர்க்கும் செல்லக் கிளிப்பிள்ளைகளுக்குக் குழல், யாழ், வீணை ஆகியவற்றின் இனிய இசையையும் தோற்கடிக்கும்

மழலைச் சொற்களை இனிமை குழையக் குழையப் பழக்கப்படுத்திக் கொண்டிருந்தனர்; சுவர்களில் பதித்திருந்த ஒளி வீசும் மணிகளில் பிரதிபலித்த தம் அழகிய பிம்பங்களைக் கண்டு நிழல் எது நிஜம் எது என்று பிரித்து அறிய இயலாத நிலையில் அவர்கள் இருந்தனர்.

தேவ சிற்பியே மிகச் சிறந்த நகரத்தை அமைப்பேன் என்ற உறுதியோடு வந்து இலங்கையிலே தன் கைகளாலேயே தொழில் நுட்பத்தை மிளிர விட்டிருந்தான்.

மாளிகைகள் எல்லாம் பொன் கொண்டு வேயப்பட்டன. மாளிகைகள் மட்டுந்தானா? மரங்கள் எல்லாமும் அள்ளிப் பொழியும் கற்பக மரங்கள். அரக்கியர்களின் பணிப் பெண்கள் எல்லாருமே தேவலோகப் பெண்கள்தான்; தேவர்களோ, தம் வலிமை எல்லாம் அடங்கி ஒடுங்கி அரக்கர்களுக்குப் பணி புரிந்தனர். இவ்வளவு அரிய சிறப்பும் பெரிய நிலையும் சாதாரணமாகப் பெறக் கூடியதா என்ன? இராவணன் தவமாய்த் தவமிருந்து தன் தனிப் பெரும் தவ வலிமையால் சேர்ந்தவை.

உருவத்தைச் சுருக்கி உள்ளே புகுந்தான்!

இப்படியெல்லாம் அனுமனின் எண்ண ஓட்டங்கள் செல்லும் போது மற்றொன்றையும் கண்டது. இராவணனுடன் முன்பு போர் செய்து தங்கள் தந்தங்கள் அவன் மார்பில் பதிந்து ஒடிய அவனிடம் தோற்று அதனால் விலகிச் சென்று எட்டுத் திசைகளிலும் நிற்கின்ற அட்டதிக்கஜங்கள் ஆகிய எட்டு யானைகளும், மேன்மை மிகு ஐங்கரன் என்ற யானையும், ஒற்றைச் சக்கரமுடைய சூரியனின் தேருமே இலங்கையில் இல்லாதவை. மற்ற யானைகள் அத்தனையும், தேர்கள் எல்லாமும் அங்கு நிறைந்து இருந்தன. சூரியனின் தேரில் பூட்டப்படும் ஏழு குதிரைகள் தவிர மற்றவை எல்லாம் அங்கு இருந்தன.

மலர்களிலிருந்து சொரியும் தேன், சந்தனக் குழம்பு, கஸ்தூரி போன்ற வாசனைப் பொருள்களின் குழம்புகள், கற்பக மலர்கள், யானைகளின் மதநீர் இவை எல்லாம் கடல் நீரில் மிகுதியாகக் கலத்தலினால், அந்நீரில் வாழும் மீன்களும் தமக்கு இயல்பான புலால் நாற்றமின்றி நறுமணம் வீசிக்கொண்டு இருந்தன.

தட்சிணாயணம், உத்தராயணம் என்று பகுத்துக் கொண்டு வானத்தில் நேரே செல்லாமல், சூரியன் ஆறு மாதம் வடமிருந்து தென்புறமாகவும் மற்றொரு ஆறு மாதம் தெற்கிருந்து வடபுற மாகவும் செல்வது உண்டு. இலங்கையின் பொன்மயமான மதிலின் ஒளியினால் கண் கூசியே சூரியன் விலகிச் செல்கிறா னோ என அனுமன் நினைப்பு ஓடியது. இலங்கைக்குள் வானுற உயர்ந்த மாளிகைகளாலும் கோபுரங்களாலும் சுழன்றடிக்கும் காற்று வீசாது. மேகக் கூட்டங்கள் நுழையாது. சூரிய கிரணங் களும் படாது. காலமும் கணக்கும் தவறாத எமனின் தொழிலும் செல்லுபடியாகாது. எல்லாம் என்றாவது ஒரு நாள் அழிந்தாலும் என்றும் அழியாத அறமும் இலங்கை நகருள் கால் வைக்க முடியாது என்று அனுமன் நினைந்தான்.

பளிங்கு மாளிகைகளிலாகட்டும், கற்பக மரங்களடங்கிய சோலை களிலாகட்டும் உதவியாளர் கொண்டு கொடுக்கும் மதுவைக் குடித்துவிட்டு, ஆடுதல் பாடுதலோடு மகிழ்ச்சியுடனிருக்கும் அரக்கர்களையன்றி, கவலை கொண்டிருக்கிற அரக்கர் யாரை யும் அனுமனால் காண முடியவில்லை.

அனுமனுக்கு இன்னுமொரு சிந்தனையும் ஓடியது. இராம பிரானிடத்து இவ்வூரின் படைபலத்தைப் பற்றிக் கூறும்போது விற்படை, வேற்படை, மல்லர்கள் படை, வாளேந்திய வீரர் படை, கப்பணம், தண்டு, பிண்டிபாலம் என்ற ஆயுதங்கள் தாங் கிய படை இவற்றில் எதைப் பெரிது என்று சொல்வது என்ற தடுமாற்றம் ஏற்பட்டது. அதில் மட்டுமா? இலங்கை நகரை நிர்மானித்த தேவசிற்பியைப் புகழ்வதா, இவ்வளவு சிறப்பும் செல்வவளமும் பெற இராவணன் இயற்றிய அரும்பெரும் தவத்தை வியப்பதா யாரைத்தான் அதிசயமாய்ப் போற்றுவது என்னுமளவுக்கு சென்றது அனுமனின் தடுமாற்றம்.

இப்படி அனுமன் கவனமும் கருத்தும் பலப் பலவாகும்போது சூரியன் மறைந்தான். அனுமன் தன் உருவத்தைச் சுருக்கிக் கொண்டு, உள்புகும் வழி பற்றிச் சிந்தித்தான். கடலையே அகழி யாகக் கொண்ட மிக உயரமான மதிலையும், முந்நூறு வெள்ளம் எண்ணிக்கை கொண்ட படையின் ஆயுதமேந்திய எண்ணற்ற படைவீரர் காவல் புரியும் கோபுர வாயிலையும் கண்ட அனுமன்,

இவ்வளவு பெரிய காவற்கடலைக் கடப்பது அரிது, இவர் களோடு பெரும் போரில் நெடுநாள் ஈடுபடல் வந்த காரியத்துக்கு நேர் மாறாகும், ஆகவே தாவிக் குதிப்பதே உபாயம் என்று கருதி வாயிலின் ஓர் ஓரப்பகுதிக்குச் சென்றான்.

இலங்காதேவியுடன் போர்!

அப்போது அங்கே அனுமன் எதிரே, இலங்கை நகரைக் காவல் காக்கும் எட்டுத் தோள்களும், நான்கு முகங்களும் கொண்ட இலங்காதேவி வழிமறித்து நின்றாள். வேல், வாள், சூலம், கதை, பாசம், சங்கம், கோல், வில் ஆகிய எட்டு ஆயுதங்களைக் கைகளில் ஏந்திக் கொண்டு, மலை போன்ற பெரிய உடம்புடன் வாயிலிருந்து புகையைக் கக்கிக் கொண்டு கோபத்துடன் 'நில், நில்' என்று அனுமன் முன் நின்றாள். இவ்வூரினைப் பார்க்க வந்ததாகவும், அவன் வந்ததால் அவளுக்கு ஒன்றும் இழப் பில்லை என்றும் அனுமன் சொன்னான்.

அவள் தன் திரிசூலத்தை அனுமன் மீது ஏவினாள். மின்னல் போல் வந்த அந்த சூலாயுதத்தை வாங்கிப் பற்களால் கடித்துக் கைகளால் முறித்து ஒடித்து எறிந்தான் அனுமன். சூலம் முறிந்தது கண்டு கொதித்தெழுந்த அவள் தன் மற்ற ஆயுதங் களை விடுவதற்குள், அனுமன் அவை ஒன்றையும் விடாது பிடுங்கி வானில் எறிந்தான். குன்றுகளைக் கையிலெடுத்து அனுமன் மீது வீசினாள். அவள் வீசத் தொடங்கும்போதே அவளுடைய எட்டுக் கைகளையும் தன் ஒரு கையினால் பிடித்துக் கொண்டு பெண்ணாகிய இவளைக் கொல்லுதல் பிழை என எண்ணி அவள் மார்பிலே ஓங்கி ஓர் அடி அடித்தான். பேரிடியால் அடிபட்ட மலைபோல் அவள் கீழே விழுந்தாள்.

கீழே விழுந்த அவளுக்கு பிரம்மதேவன் முன்பு சொன்னவை நினைவுக்கு வர, இரத்த வெள்ளத்தினின்று எழுந்து அனுமனி டம் தன் வரலாறு கூறினாள். அடைந்தோர்க்கு அருளும் பிரம்ம னின் ஆணையால் இலங்கையைக் காவல் புரிந்து வரும் தன் பெயர் இலங்கா தேவி என்றும், அகங்காரத்தால் அவனிடம் பணிவுக் குறைவாக நடந்து கொண்டதற்குப் பொறுக்க வேண்டும் என்றும், எத்தனை காலம் இந்நகரைக் காவல் செய்ய

வேண்டும் என பிரம்மனிடம் கேட்டதற்கு அவர், குரங்கொன்று கையினால் தீண்டினால் அன்று முதல் இக்காவல் விடுத்து தன்னைக் காணலாம் என்றும், அதன்பின் இந்நகர் அழிவது நிச்சயம் என்றும் சொன்னதாக அனுமனிடம் முன் வரலாறு கூறித் தொடர்ந்து சொன்னாள்: 'அப்படியே இப்போது நடந்தது, 'அறம் வெல்லும்; பாவம் தோற்கும்' என்னும் சத்திய வாக்கைச் சொல்லத்தான் வேண்டுமா? இனி, நீங்கள் நினைப்பது எல்லாம் நடக்கும். உங்களால் முடியாதது ஒன்றுண்டோ? நகருக்குள் நுழைக' என்று சொல்லி விடைபெற்றுச் சென்றாள்.

அனுமன் தேடிய சீதை

அனுமன் இராமபிரானின் திருவடிக் கமலங்களை மனத்துக்குள் வணங்கி மதிலின்மீது தாவி நகருக்குள்ளே, பாற்கடலில் சிறிது மோர் பிரை குத்தியது போலக் குதித்தான். இருளிலும் பகல் போல் ஒளியுடன் திகழும் இலங்கையை வியந்தவன் வீதிகளில் போவதற்கு ஏதுவாக தன் மேனியை மேலும் சுருக்கி மிகச் சிறிய உருவம் எடுத்துக் கொண்டு போனான்.

கடலைத் தாவிய தன் கால்களால் அனுமன் பசுக்களின் கொட்டில்கள், யானைக் கொட்டாரங்கள், தேர் மாடங்கள், குதிரைச் சாலைகள், சோலைகள் ஆகியவற்றில் ஒரு பூவி லிருந்து மற்றொரு பூவுக்குத் தாவிச் செல்லும் வண்டைப் போல சீதாபிராட்டியைத் தேடிக் கொண்டு போனான்.

சீதாபிராட்டியைத் தேடிக் கொண்டு சென்ற அனுமன் இராவண னின் தம்பி கும்பகர்ணன் மாளிகையை அடைந்தான். பரந்து விரிந்திருந்த பெரிய மண்டபத்தில், இருளின் மொத்த உருவம் போல, தேவ மகளிர் பலர் கால்களை வருடிக் கொண்டிருக்க, இளந்தென்றல் காற்று தன் இயல்பான நடையில் வீச கும்ப கர்ணன் உறங்கிக் கொண்டிருந்தான். அவன் தூங்கும்போது விடுகிற சுவாசத்தின் வலிமையை அனுமன் அனுபவித்து அறிந்தான். கும்பகர்ணன் மூச்சை உள்ளே இழுக்கும்போது அனுமன் அந்தப் பெரிய மூச்சுக் காற்றால் அவனருகில் இழுக்கப் படவே, கூசினவனாய் கைகள் நடுங்க உடனே அப்பாற் குதித் தான். இவன்தானோ இராவணன் என்று முதலில் சந்தேகப்பட்ட அனுமன், பிறகு இவனுக்குப் பத்துத் தலைகளும் இருபது

தோள்களும் இல்லாதது கண்டு தெளிந்தான். இவன் எவன் ஆக இருந்தாலும் இருக்கட்டும், இன்னும் சில நாள்கள் தானே என்று எண்ணியபடியே கும்பகர்ணன் மாளிகையைக் கடந்து சென்றான்.

மாடங்கள், கூடங்கள், மாளிகைகள், ஆடலரங்குகள், அம்பலங்கள், கோயில்கள், பாடல் மேடைகள், கல்வி மண்டபங்கள் என்று எங்கும் தேடினான். மாளிகை வாயில்களுக்குள், பலகணிகளின் இடங்களுக்குள், பூக்களிலும், மலர்த் தண்டுகளின் துவாரங்களிலும் காற்றுப் போலவும் புகைபோலவும் நுட்பமாக நுழைந்து நுழைந்து சீதாபிராட்டியை அனுமன் தேடினான். அட்டமாசித்திகளில் மகிமா எனப்படும் மிகப்பெரிய வடிவம் எடுத்தல், அணிமா எனப்படும் மிக நுண்ணிய வடிவம் எடுத்தல், லகிமா எனப்படும் லகுவான பளுவற்ற வடிவம் எடுத்தல் ஆகிய சித்திகள் கைவரப் பெற்றவனாதலால் நுட்பம் ஆகப் புகுவான் சில இடங்களில்; பருமனாக வளர்ந்து செல்வான் சில இடங்களில்; இராமபிரானையே சதா சர்வ காலமும் நினைத்துக் கொண்டு, இராமநாமத்தைச் சொல்லிக் கொண்டு இருக்கின்ற பரம அடியானான அனுமனுக்கும், அப்பரம்பொருளின் அருளினால் பரமனைப் போன்ற தன்மை வாய்ந்தது.

அடுத்து வேந்தர், வேதியர். யாவரும் போற்றும் புண்ணியனான விபீடணன் மாளிகையினுள் சென்றான். கரிய நிறம் கொண்ட அரக்கர்களிடையில் வெண்மையான தோற்றத்துடன் இருப்பது இயலாது என்று கரிய அரக்கர்களின் உருவிலேயே ஒளிந்து வாழும் தரும தேவதையைப் போல் விளங்கிய விபீடணனைக் கண்டான். அவனை நெருங்கி தன் உள் உணர்வினால் அவன் உணர்வை உணர்ந்தான்; குற்றம் இல்லாதவன் எனத் தெரிந்து கொண்டான். அங்கிருந்து வேறொரு வழியே வேறு பல மாளிகைகளுக்குள் சென்றான்.

இந்திரஜித்தைக் கண்டான். கொடிய சிங்கம் போன்ற தோற்றமும், கம்பீரமான தேஜஸும் தெரிவதால் அவன் அரக்கன் மகனா, சிவகுமாரனா என்று சொல்ல முடியாதவாறு அனுமன் திகைத்தாலும், இராமபிரானும், இளைய பெருமாள் இலட்சுமணனும் தனித்தனியேயும், சேர்ந்தும் அநேக நாள்கள்

இவனுடன் வருந்திச் செய்ய வேண்டிய போர் உள்ளது என்பதை மட்டும் உணர்ந்தான். இவனைத் துணையாகப் பெற்ற இராவணன் மூவுலகங்களையும் வென்றதில் அதிசயம் ஏதுமில்லை எனவும் உணர்ந்தான். அனுமன் வேறு பல மாளிகைகளுள் சீதையைத் தேடினான். அக்ககுமாரன், அதிகாயன் போன்ற இராவணன் மகன்களின் மாளிகைகளைத் துருவிப் பார்த்துவிட்டு இராமபிரானின் அம்பு போவது போல விரைவாகப் புகுந்து புகுந்து சென்றான்.

இலங்கை மாநகர் பெரும் நகரங்களுக்குரிய புறநகர், இடைநகர், அகநகர் என்ற மூன்று வகை நகரும், அவ்வற்றிற்குரிய அகழி, மதில் ஆகியவற்றோடு அமைந்திருந்தது. இலங்கையின் புறநகர் அகழி இயற்கையாகவே கடலாக இருந்தது. புறநகர் அகழியையும் மதிலையும் தாண்டி புறநகரில் இதுவரை சீதாபிராட்டியைத் தேடிவந்த அனுமன் அங்கு எங்கும் காணாததால், இடைநகரைக் காக்கும் அகழிமுன் வந்தடைந்தான்.

சூரியனையே ஒரு பழம் என்று கருதி பிடிப்பதற்காகப் பாய்ந்தவனாகிய அனுமன், ஒரு துணையுமின்றி மதயானைபோல கடலை ஒரேயடியாகத் தாண்டினாலும் இப்போது இடைநகர் அகழியைக் கண்டதும் சற்றே திகைத்து நின்றான். கடலரசனாகிய வருணனுக்கு அனுமன் எளிதாய்க் கடலைத் தாண்டி விட்டதால் நேர்ந்த அவமானத்தை நீக்கும் வகையில் ஏழு கடல்கள் ஒன்றாகச் சேர்ந்தது போன்று அவ்வளவு அகன்றதாகவும் ஆழமானதாகவும் அமைந்திருந்தது இடைநகர் அகழி. கடலைத் தாண்டியது போலவே அனுமன் அந்தப் பெரிய அகழியையும் மதிலையும் ஒரே வேகத்தில் தாண்டி காவல் மிகுந்த இடைநகருக்குள் பிரவேசித்தான். அந்த நடுராத்திரிப் பொழுதில் முன்னூறாயிரம் தெருக்களிலும் அனுமன் சீதாபிராட்டியைத் தேடினான்.

அட! இது இராவண அந்தப்புரம்!

அங்கெல்லாம் காணாது இராவணனின் இருப்பிடத்தைச் சூழ்ந்துள்ள அகநகர் அகழியையும் அதனை ஒட்டிய மதிலையும் முன் போலவே ஒரே பாய்ச்சலில் தாண்டி உள் நுழைந்தான்.

போர்த் தொழிலையே தன் இயல்பாக உடைய இராவணனின் அரண்மனை அழகிய வடிவுடைய சந்திரன் போல விளங்க

அதனைச் சுற்றிலும் நட்சத்திரக் கூட்டங்கள் போல அவனுடைய உரிமை மகளிராம் இயக்கியர், அரக்கியர், சித்தமாதர், வித்தியாதர மகளிர் ஆகியோர் வசித்த மாளிகைகள் இருந்தன. அங்கெல்லாம் தேடினான்.

இராவணன் சீதையினிடத்துக் காதல் கொண்ட நாளிலிருந்து பிற மகளிர் எவரையும் சிறிதும் ஏறெடுத்தும் பார்த்ததில்லை என்பதை அந்தந்த மகளிர் தத்தம் மாளிகைகளில் அவன் வரவை நெடுநேரம் எதிர்பார்த்திருந்து வரக்காணாமையால் விரக வேதனை அனுபவித்ததை அனுமன் காண நேர்ந்தது.

இப்படி எல்லா இடங்களிலும் தேடி பிராட்டியைக் காணாது இராவணனின் பட்டத்து அரசியான, வயிறு சுருங்கி அழகைக் கூட்டிக் காட்டிய மண்டோதரியின் மாளிகையை அனுமன் அடைந்தான்.

தாமரை மலர், மாமலர், அசோகமலர், முல்லை மலர், நீலோற்பல மலர் ஆகிய ஐந்து மலர்களை அம்புகளாக உடைய மன்மதனின் புஷ்ப பாணங்களை இட்டு வைக்கும் அம்பறாத் தூணி போன்ற வடிவமுள்ள தளிர்போன்ற கணைக்காலை உடைய முகக் காந்தியுடன் விளங்கும் ஒரு பெண் பஞ்சணையில் தூங்கிக் கொண்டிருக்க, அவள் பாதங்களை ரம்பை, மேனகை, திலோத்தமை, ஊர்வசி ஆகிய தேவ மகளிர் வருடிக் கொண்டு இருந்தனர். சாமுத்திரிகா சாஸ்திரத்தை சூரியனிடத்தே கற்றறிந்தவன் ஆன அனுமன் பத்தினிப் பெண்டிர்க்குரிய சில இலக்கணங்கள் இவளிடம் காணப்பட்டாலும், உடம்பில் தோன்றுகின்ற வேறு சில இலக்கணங்கள் எல்லையில்லாத துன்பத்தை இவள் அடையக் கூடும் என்று காட்டுவதையும் அறிந்தான்; தூங்கும்போது தலை முடி அவிழ்ந்து தீயசொற்களை வாய் பிதற்றுவதால் இவள் கணவனுக்கும் இவள் வசிக்கும் இந்நகரத்துக்கும் விரைவில் கேடு நிகழும் என்பதையும் கணித்தறிந்த அனுமன் அந்த அரண் மனையை விட்டு வெளியேறினான்.

சீதையைக் காணோம்!

அடுத்து இருந்த இராவணன் அரண்மனைக்குள் நுழைந்தான்; அவ்வளவுதான் - பல இடங்களில் நிலம் துடித்தது; மலைகள்

பொடியாய் உதிர்ந்தன; திக்குகள் அதிர்ந்தன; ஆகாயத்தில் மின்னல் இல்லாதபோது இடி முழங்கின; மங்கல அடையாளங் களான பூரண கலசங்கள் வெடித்தன. இத்தீயச் செயல்பாடு களைக் கண்டும், ஊகித்தும் அறிந்தான். இராவணனது நல் வினைப் பயனால் இலங்கையில் நெடுங்காலம் நிலைபெற் றிருந்த செல்வவளம் அவன் செய்கையால் தற்போது அழிய உள்ளதே என்றும் உணர்ந்தான்.

வனப்பான தோற்றத்துடன் இராவணன் தனியே வெண்மலர்ப் படுக்கையில் தூங்கிக் கொண்டிருப்பதைக் கண்டதும் அனு மனுக்குக் கண்கள் சிவப்புறச் சினம் மூண்டது. சீதாபிராட்டியை வஞ்சித்துச் சிறை வைத்துள்ள இவன் மணிமுடியைத் தன் கால்களால் சிதறிடச் செய்து, தலைகள் பத்தையும் தகர்த்துத் தரையில் உருட்டி, தன் ஆற்றலைக் காட்டாவிட்டால் தான் இராமபிரானுக்கு அடியவன் என்பதற்கு வேறென்ன அடை யாளம் என்று எண்ணத் தொடங்கினான்.

இப்படி யோசிக்கத் தொடங்கியவனின் சிந்தனை ஓட்டம் மாறி ஒன்று செய்ய முயன்று வேறொன்றைச் செய்தல் அறிவுடை யோர்க்கு உரியதன்று; இராமபிரான் இட்ட பணி இதுவல்ல. சீர் தூக்கிப் பார்த்தால் இது பிழையாகும். ஆலமுண்ட நீலகண்டன் போல் ஆற்றல் பெற்றிருந்தாலும் அறிவு நிரம்பியோர் தீர ஆலோசிக்காமல் காரியத்தில் இறங்க மாட்டார்கள் என்றும் தெளிந்து சினம் அடங்கினான். 'இந்தப் போர் வெறி எனக்குள் ளேயே அடங்கட்டும்; பிராட்டியைச் சிறை வைத்த அரக்கனை ஒரு குரங்கு போரிட்டு அழித்தது என்பது வில்லேந்திய வீரன் இராமனுக்கு இழுக்காகும். மேலும் இராவணனுடன் வேறு மாதர் எவரும் உறங்கவில்லை. இவன் காம வெப்பத்தால் தவிக் கின்ற நிலைமை நன்றாகவே புலனாகிறது. எனவே பிராட்டியார் நலமாக இருக்கிறார்கள்' என்றும் தெளிந்த சிந்தனையுடன் இராவணன் மனையை விட்டு வெளியேறினான்.

சீதையை எங்கும் காணவில்லையே என்ற வருத்தம் மேலோங்கி யது. தனக்கு இணங்கவில்லை என்பதால் கொடியவன் பிராட்டியைக் கொன்றிருப்பானோ? அரக்கர்குலம் என்பதால்

கொன்றவளைத் தின்றிருப்பானோ? அல்லது இலங்கைக்கு அப்பால் வேறு எங்கேனும் சிறை வைத்திருப்பானோ? ஒன்றும் அறிய முடியவில்லையே! திரும்பப் போய் இராமபிரானிடம் என்ன சொல்வது? சீதையைக் கொண்டு வருவேன் என்றிருப்பான் காகுத்தன். சீதையைக் கண்டு வருவேன் என்றிருப்பான் கவிகுலக் கோனாகிய சுக்ரீவன். 'இப்போது இரண்டு தலைவர்களுடைய நம்பிக்கையும் பொய்க்குமாறு சீதை இருக்குமிடத்தை இன்னமும் கண்டுபிடிக்காமல் இருக்கிறோமே; சுக்ரீவன் கொடுத்த ஒரு மாத தவணைக் காலமும் முடிந்து விட்டது. அன்று மகேந்திரமலையில் சீதையைக் கண்டு பிடிக்காததால் மடிவோம் என்று முடிவு செய்த வானரர்களுடன் தானும் மடியாது அவர்களைத் தடுத்து இங்கு வந்தது தவறோ? இந்த இலங்கையில் உயிர் வாழும் பிராணிகள் அத்தனையையும் கண்டபோதும், பிராட்டியை மட்டும் காணவில்லையே. பிராட்டி இருக்கும் இடத்தைச் சொல்லுமாறு தேவர்களைக் கேட்கலாமோ? இராவணன் உயிரோடிருக்கும்வரை பயத்தினால் அவர்கள் வாயையே திறக்க மாட்டார்களே; கழுகரசனான சம்பாதி சீதை இலங்கையில் சிறைப் பட்டிருப்பதாகக் கூறியதும் பொய்யா யிற்றோ? - இப்படியெல்லாம் திரும்பத் திரும்ப எண்ணி எண்ணி நெறிகலங்கி, பொறி மயங்கி, அறிவழிய துவண்ட போது அருகில் பறவைகளின் உறைவிடம் போலிருந்த சோலை ஒன்றைத் தற்செயலாகக் கண்டான்.

கனாக் கண்டேன் தோழி!

3

புகை படிந்த ஓவியம்

அந்த மலர்ச்சோலையை அடைந்த அனுமன் அங்கு பிராட்டியைக் கண்டு பிடித்து விட்டால் துயரம் தீரும்; அங்கும் காணவில்லையானால் இலங்கையையே அழித்துவிட்டு தானும் அழிவதே மேல் என்று கருதிக் கொண்டே உள்ளே நுழைந்தான். தேவர்கள் ஒன்று திரண்டு பூமழை பொழிந்து மகிழ்ந்தனர். தேவர்கள் மலர் மாரி பெய்ததில் வியப்பொன்றுமில்லை. சீதாபிராட்டி அசோக வனமாகிய சோலையில் இருந்தாள். எப்படி இருந்தாள்?

ஒரு துளி நீர் கூடக் காணாது கல்லின் இடையே முளைத்துள்ள ஒரு மூலிகைச் செடியைப் போல செழுமையற்று வாடிப்போன பிராட்டி, இளைத்துப்

போனவளாய் வாள் ஏந்திக் காவல் புரிந்த அரக்கியரின் அச்சுறுத்தலுக்கிடையே வருந்தி இருந்தாள்.

இராமபிரானைப் பிரிந்ததால் உண்டான பிரிவுத் துயரால் சிறிதும் கண்ணுறக்கமில்லாமல், நீராடாமல், வெயிலின் இடையே ஏற்றி வைத்த விளக்கு போல ஒளியிழந்து புலிக் கூட்டத்தினிடையே அகப்பட்ட மயில் போல் தவித்துக் கொண்டிருந்தாள்.

விதியின் வலியைக் கடந்து செல்லுதல் என்பது அரிய காரியம் என்றஞ்சி இன்னும் உயிர் தரித்திருந்தாள். தன் நாயகன் தன் பால் கொண்டுள்ள அன்பினால் வந்து மீட்காவிட்டாலும், தன் சூரிய குலப் பெருமையைக் காப்பாற்றவும், தன் மனையாளைப் பிறன் ஒருவன் அபகரித்துச் சென்ற பழியைப் போக்கிக் கொள்ளவு மாவது திடமாய் வருவான் என்று உறுதியோடு அனைத்துத் திக்குகளையும் சதாசர்வ காலமும் அளக்கின்ற கண்ணளாகச் சீதை ஒன்றியிருந்து நினைத்திருந்தாள்; ஊனமில்லாத தவம் இயற்றி இருந்தாள்.

மாசு படியாது இருந்தாள் - தெய்வத் தன்மை பொருந்திய திருப் பாற் கடலில் உண்டான தேவாமிர்தத்தைக் கொண்டு மன்மதன் தீட்டிய ஓவியம் புகை படிந்து கிடப்பது போன்ற உருவத்தவளாய் உயிரைப் பிடித்துக் கொண்டிருந்தாள்.

நினைவே தவமாய்...

இராமனைச் சிறிதும் பிரியேன் என்று அயோத்தியிலிருந்து ஆரண்யத்துக்கு உடன் வந்தவள், பத்துமாதம் பாராது பிரிந் திருந்ததனால் அவனையே எண்ணிஎண்ணிக் கீழே விழுவாள்; விழுந்து விம்முவாள்; விம்ம விம்ம உடல் வெதும்புவாள்; உடல் வெப்பமுற்றதால் அஞ்சி எழுவாள்; எழுந்ததும் கவலை வர, வருந்தி ஏங்குவாள்; ஏங்கியதால் தன் நிலையை நினைந்து இரங்குவாள்; வருத்தத்திலிருந்து தன்னைக் காக்க இராமனை நெஞ்சால் நினைத்து வணங்குவாள்; தொழுவாள்; தொழுதும் இராமன் வந்தானில்லையே என்று தளர்வாள்; தளர்ந்ததால் நடுங்குவாள்; நடுக்கத்தால் வருந்திப் பெருமூச்சு விடுவாள்; பெருமூச்சு பெரும் அழுகையாக, வாய் விட்டு அழுவாள்.

'அரக்கன் இராவணன் என்னை விமானத்தில் கொண்டு வரும் போது என் அபயக் குரல் கேட்டு 'அஞ்சேல்' என்று ஓடிவந்து அவனுடன் போரிட்டு விழுந்த கழுகரசன் ஜடாயு ஒருவேளை உடனே இறந்து போயிருப்பாரோ? அதனால் என்னைத் தேடி வந்திருக்கக் கூடிய இராம - இலட்சுமணருக்கு என் நிலையைச் சொல்லியிருக்க வாய்ப்பே இல்லாது போயிற்றோ? அப்படியானால் இந்தப் பிறவியில் என் நாயகனைக் காண்பது இயலாததாகி விடுமோ?' என்று பலபட திரும்பத் திரும்ப எண்ணி விம்முவாள்.

நினைப்பு முழுவதும் இராமபிரானைப் பற்றியதே. நினைப்பே பெருந்தவமாய், உள்ளம் பெருங்கோயிலாக, ஊன் உடம்பு ஆலயமாக, வள்ளல் பிரானுக்கு வாய் கோபுர வாசலாகவும் தவமிருந்தாள்.

'காட்டில் காய் கனி இலை உணவு இவற்றையே உண்டு வந்த என் நாயகனுக்கு யார் எடுத்துப் பரிமாற இப்போது அமுதுண்பார்? அவருக்கே உபசரிக்க நான் இல்லாதபோது விருந்தினர் வரக் கண்டபோது உபசரிக்க ஆளின்றி என்ன அவதிப்படுகிறாரோ, தெரியவில்லையே' என்று தன்னைப் பீடித்துள்ள மனநோய்க்கு மருந்து என்ன என்று மறுகி மயங்குவாள்.

நினைப்பே சுகந்தமாய்...

சதா தன் ஆருயிர் நாயகன் இராமனைப் பற்றியே பிராட்டி நினைத்தாள். இராமனின் குணங்கள் ஒவ்வொன்றாகப் பிராட்டியின் மனத் திரையில் ஓடின:

முடிசூடும் நாளில் 'அயோத்தி அரசு உனக்கல்ல; உன்தம்பிக்கே' என்பதாக 'ஆழி சூழ் உலகமெல்லாம் பரதனே ஆள்வான்' என்று கைகேயி சொன்னபோது, மலர்ந்த முகத்துடன் 'பின்னவன் பெற்ற செல்வம் அடியனேன் பெற்றதன்றோ' என்ற இராமனின் பெருந்தன்மை...

தந்தை தசரதச் சக்கரவர்த்தி 'மெய்த் திருப்பதமாகிய அரசாளும் பொறுப்பை ஏற்றுக் கொள்க' என்றபோது மகிழ்ந்து மனம்

தளும்பி வழியாமலும், அதே தந்தை தாய் கைகேயி மூலமாக ஏழிரண்டு ஆண்டுகள் கழித்துத் திரும்பி வருக' என்றபோது வருந்தி வாடி மனம் துயர் அடையாமலும் - மலர்தலும், கூம்புதலும் இல்லாத சித்திரத்தில் எப்போதுமே மலர்ந்திருக் கின்ற செந்தாமரை போல விருப்பு வெறுப்பு, இன்ப துன்ப மில்லாத இராமனின் குணநலம்...

அன்று தந்தையார் ஜனக மகாராஜனும், அவர் சபையிலிருந்தோர் முன்னிலையில் அந்த வில்லை இராமன் நாண் ஏற்றி வளைப்பானோ மாட்டானோ என்று ஆதங்கத்துடன் நோக்க சிவதனுசு இரண்டாய் ஒடிந்துவிழுந்ததே 'எடுத்தது கண்டனர் இற்றது கேட்டனர்' எனும்படி அல்லவா இருந்தது. இராமனின் தோள் ஆற்றல்.

ஒருவர் துன்பம் துடைக்க பெரிதும் உதவும் வீரம், எளியோரை அரவணைக்கும் கருணை ஆகிய இரண்டிலும் நிகரற்று விளங் கும் இராமன் கங்கைக் கரை குகனுக்கு இரங்கி இன்னருள் சுரந்த மனித நேயம்...

திருமணத்தின் போது இராமன் வலக்கையால் தன் கைத்தலம் பற்றிதையும், பிறகு கல்லின் மீது தருப்பை புல்லை வைத்திருக்க தன் பாதங்களை அவன் வலக்கையால் பற்றித் தூக்கி வைத்த அம்மி மிதித்தலை நினைத்துப் பார்த்தாள்.

தந்தை சொல் மிக்க மந்திரமில்லையென அரசைத் துறந்து காட்டிற்குப் புறப்பட்டபோது யாத்திரா தானம் செய்த காட்சி.திரி சடன் என்ற அந்தணன் ஒரு தடியை வீசியெறிந்து அது விழுந்த இடம் வரையில் உள்ள பசுக் கூட்டத்தைத் தருமாறு வேண்ட, சிரித்தபடியே அவற்றை அளித்த இராமனின் வேண்டுவார் வேண்டுவன அளிக்கும் தயாள குணம்...

நினைவே நெருப்பாய்...

இப்படியே இராமபிரானின் குணநலன்களை மனத்தில் அசைபோட்டுக் கொண்டிருந்த சீதாபிராட்டிக்குச் சடாரென்று ஒரு விநாடி ஒரு பொறி தட்டியது. எது எதையெல்லாம் நாயக னின் குணநலம் என்று நினைத்தோமோ, அதையெல்லாம் பிற

ருக்காக வெளிப்படுத்தி அருளிச் செய்தவன் கைப்பிடித்த தன் மனைவிக்கு இன்னும் ஏன் வெளிக் காட்டாது, வாராதிருக்கிறான் என்ற கேள்வி அவள் மனத்தில் விஸ்வரூபமெடுத்தது.

சிவதனுசையே இற்று வீழ்த்திய தோள் ஆற்றல் தன்னைக் இன்னும் காப்பாற்ற வராதது ஏன்?

மூன்று நாழிகையில் கரதூடணரையும் பதினாலாயிரம் படை வீரரையும் வென்ற பெரும் வீரம் தன் வரையில் இன்னமும் வெளிப்பட்டுச் சிறை மீட்காதிருப்பது ஏன்?

'ஏழை ஏதலன் கீழ் மகன்' என்று பாராது குகனுக்கு அருள்சுரந்து தம்பி எனும் உரிமை அளித்த மனித நேயம் இன்னமும் தன் வரையில் வெளிப்படாதது ஏன்?.

இத்தனை குணநலன்களும் உடையவன் பத்து மாதமாய் வரவில்லை என்றால் என்ன பொருள்? சிந்திக்கவே அஞ்சினாள் சீதை. அரக்கர் மனிதரை உண்ணும் தன்மையர் என்பதறிந்த இராமன், தன்னையும் உயிரோடு விட்டு வைக்காது தின்று தீர்த்திருப்பர் என்று வரவில்லையோ? சூரிய வம்சத்திற்கே உரிய இயற்கைக் குணமாகிய பொறுமையால் தன் மனையாளைக் கவர்ந்தவனிடமும் சினம் கொள்ளாது பொறுத்து விட்டாரோ? இத்துணை 'ஏன்'களுக்கும் விடை தெரியாததால், அவர்கள் இருவருக்குமே ஏதேனும் ஆபத்து நேரிட்டிருக்குமோ? அவ்வளவுதான் - இந்தச் சிந்தனை தொட்டதும் சப்த நாடியும் ஒடுங்கியது பிராட்டிக்கு; அறிவுதளர்ந்தது; உணர்வு ஓய்ந்தது; உடல் தன் வயமிழந்து தேம்பித் தேம்பி அழத் தொடங்கினாள். திக்கற்ற அபலைகளுக்கு அழுகைதானே ஆதாரம்? 'அழுதால் அவனைப் பெறலாம்' என்பதுதான் ஆறுதலோ?

திரிசடையின் கனவு

இரவு நடு ராத்திரியை நெருங்கியது. பிராட்டியைச் சுற்றி காவல் இருந்த அரக்கியர் தூங்க ஆரம்பித்தனர். அதில் திரிசடை என்பவள் மட்டும் விழித்திருந்தாள். திரிசடை சீதையிடத்து மிக்க அன்புடையவள்; சீதையும் அவளைத் தன் தோழியாகவே கருதினாள். அவளிடம் கூறத் தொடங்கினாள்:

'என் புருவமும் கண்ணும் நெற்றியும் இடப்பக்கம் துடிக் கின்றன. அது நல்லதோ? அல்லது நான் செய்த தீவினை மேலும் எனக்கு தீமையைத் தருவதோ? இராமபிரான் முன்பு விசுவாமித்திர முனிவரோடு மிதிலாபுரியில் புகும்போது என் இடப்பக்க புருவம், கண், நெற்றி துடித்தது போலவே இப் போதும் துடிக்கின்றது. இதற்குக் காரணம் தெரியுமா, திரிசடை? ... ஆ... இன்னொன்றும் சொல்ல மறந்துவிட்டேன். என் கணவர் தன் தம்பி அரசாள்வதற்காக, அரச பாரத்தைத் துறந்து வனவாசத் துக்குப் புறப்பட்ட அன்று எனக்கு வலப்பக்கம் துடித்தது. இன்னொன்றையும் சொல்ல வேண்டும். இராவணன் வஞ்சக மாய்ப் பஞ்சவடிக்கு வந்த அன்றும் எனக்கு வலபக்கமாய்த் துடித்தது. ஆனால் இப்போது இடப் பக்கம் துடிக்கிறது. கடலிடையே இங்கு அரக்கியரிடையே சிறைப்பட்டுள்ள எனக்கு என்ன நன்மை வந்துவிடப் போகிறது?'

உடனே திரிசடை 'இவை உனக்கு சோபனம்; மங்களம்; நன்மை யையே தரும். உங்கள் கணவருடன் சேருவது உறுதி உறுதி. இன்னமும் கொஞ்சம் சொல்கிறேன்' என்று கூறத் தொடங் கினாள்:

'பொன்னிறமான வண்டு ஒன்று மெல்ல வந்து இன்னிசையாய் உங்கள் காதில் ஊதி விட்டுப் போனது. இதனை யோசித்துப் பார்த்தால் உங்கள் பிராண நாயகரிடமிருந்து தூதுவன் ஒருவன் இங்கு வருவான்; தீயவர்க்குத் தீயது எய்தும். இராவணன் துன்பமடையப் போவது உறுதி.

நீங்கள் தூங்காமல் எப்போதும் விழித்திருப்பதால் உங்களுக்குத் கனவு தோன்றுவதில்லை. அரக்கர்களுக்குத் தீமை விளையும் என்பதற்கும் உங்களுக்கு நன்மை உண்டாகும் என்பதற்கும் அடையாளமாக நான் ஒரு கனாக் கண்டேன். இந்த நாட்டில் குற்றங்கள் நிறைந்திருந்தாலும், இங்கு காணும் கனாக்கள் ஒருபோதும் பொய்க்காது.

இராவணன் சிவந்த ஆடையணிந்து கொண்டு தன்னுடைய பத்துத் தலைகளிலும் வழிய வழிய எண்ணெய் தேய்த்துக்

கொண்டு கழுதையும், பேயும் பூட்டிய தேரின் மீதேறி தென் திசை நோக்கிச் செல்லக் கண்டேன். அவனது மக்களும், உற வினர்களும் மற்ற அரக்கர்களும் கூட அதே தென்திசை நோக்கிச் சென்றனர்; ஆனால் யாரும் திரும்ப வரவில்லை. ஆதலால் குல நாசம் உண்டாகும். அதுமட்டுமா?

முரச வாத்தியங்கள் எல்லாம் யாரும் முழக்காமலேயே தாமே இடிபோல முழங்கின; மின்னல், மேகம் இல்லாமலே ஆகாயம் வெடிக்கும்படி இடி இடித்தது.

இராப் பொழுதிலே விடிவதற்கு முன்னேயே சூரியன் பாதி எரிந்து போனது போலத் தோன்றியது; அரக்க வீரர்கள் அணிந் திருந்த கற்பகமலர்களால் தொடுத்த மாலைகள் நறுமணம் வீசாது புலால் நாற்றம் வீசின.

இந்த இலங்கை நகரும் இதனைச் சூழ்ந்துள்ள மதில்களும் சுழலும்; எல்லாத் திசைகளிலும் நெருப்பு பற்றி எரியும்; கற்பகச் சோலையும் கரிந்து தோன்றும்; மங்களகரமாக அமைக்கப் பெற்ற பூரண கும்பங்கள் வாய் விரிந்து நீரைச் சிந்தி உடையும்; விளக்குகளின் ஒளியை இருட்டு விழுங்கிவிடும்.

தோரணக் கம்பங்கள் முறிந்து விழும்; யானைகளின் வலிய நீண்ட தந்தங்கள் ஒடிந்து கீழே விழும்; அந்தண அறிஞர்கள் வேத மந்திரங்களால் ஸ்தாபனம் செய்த பூர்ண கும்பத்தில் உள்ள நீர் கள்ளைப் போல மேலே பொங்கி வழியும்.

அரக்கமகளிர் தமது கழுத்தில் அணிந்துள்ள மங்கலத் திருமாங் கல்யங்கள் யாரும் பற்றி இழுக்காமலேயே தாமே அவர்களின் மார்பின் மேல் விழும்; இராவணனின் பட்டமகிஷியான மண் டோதரியின் கூந்தல் அலங்கோலமாய் அவிழ்ந்து, தீச்சுடரால் கருகி துர்நாற்றத்துடன் வெந்தது; இக் கனவின் அறிகுறி அரக்கர் களுக்குப் பெரும் துன்பம் வரும் என்பதைத் தெரிவிப்பதாகும்.

ஆயிரம் திரிகளோடு விளங்கும் விளக்குகள் மாட்டப்பட்ட சிவந்த விளக்கொன்றை ஏந்திக் கொண்டு, சிவந்த நிறமுடைய ஒரு பெண் இராவணன் மாளிகையினின்று புறப்பட்டு விபீடணன் திருமாளிகையை அடைந்தாள். அந்தச் சமயத்தில்

என்னை நீங்கள் தூக்கத்திலிருந்து எழுப்பினீர்கள். அதனால் நான் கண்ட கனவு நிறைவு பெறவில்லை.' என்று திரிசடை கூறிக் கொண்டிருக்கும்போதே சீதை குறுக்கிட்டு 'தாயே! குறைக் கனவையும் நீ கண்டு சொல்வாயாக! அதற்காக இன்னமும் துயில்க' என்று சொல்லி தன் இருகைகளையும் குவித்துக் கும்பிட்டாள்.

கண்டான் சீதையை!

இச்சமயம் பார்த்து இராமன் அனுப்பிய தூதனான அனுமன் அங்கு வந்து சேர்ந்தான். சற்றுக் கண்ணயர்ந்திருந்த காவல் புரியும் அரக்கியர் திடீரென்று தூக்கம் கலைந்து எழுந்தனர்.

அந்த அரக்கியர் வயிற்றினிடையே வாயை உடையவர்; நெற்றியில் பதிந்தது போன்ற விழிகளைப் பெற்றவர்; பத்துக் கைகளையும் ஒற்றைத் தலையையும் உடையவர்கள். பார்க்கின்றவர் அஞ்சுகின்ற மாதிரியான விந்தையான உருவம் பெற்றவர்கள். யானை, குதிரை, புலி, கரடி, பேய், சிங்கம், நரி, நாய் ஆகிய மிருகங்கள் போல முகங்களைக் கொண்டவர்கள். மொத்தத்தில் பெண்கள் என்று பெயர் வைத்துக் கொண்டு திரிகிற எமன்களைப் போன்ற அரக்கியரே அங்கு காவல் புரிந்தவர்கள்.

இப்படிப்பட்ட அரக்கியர் தூக்கம் கலைந்து எழுந்து சுற்றிக் கொள்ளவே, சீதாபிராட்டி பேச்சு அடங்கித் தேம்பத் தொடங்கினாள். அனுமனும் அப்போது அங்கு வந்தடைந்து உயர்ந்து வளர்ந்திருந்த ஒரு மரத்தின் கிளை மீது ஏறி அமர்ந்து நோக்கினான். அரக்கியர்கள் சுற்றிக் காவல் இருப்பதாலும், கண்ணீர் வெள்ளம் பெருக்கெடுத்தோட அவர்கள் நடுவே அமர்ந்திருப்பதாலும் இவள் தான் சீதா பிராட்டியாயிருக்க வேண்டும் என அனுமன் ஊகித்தறிந்தான்.

அது மட்டுமா? இராமபிரான் தன்னிடம் கூறிய சீதையின் அங்க அடையாளங்கள், இலக்கணங்கள் யாவும் பொருந்தியுள்ளன; அந்த இராமன் ஆதிசேஷ அனந்த சயனத்திலிருந்து அறிதுயில் நீங்கி எழுந்து வந்த திருமாலே. இந்தச் சீதை செந்தாமரை மலரில் வீற்றிருக்கும் மகாலக்ஷ்மியே என்றும் உறுதியாய் நம்பினான்.

அவ்வளவுதான்... இந்த எண்ணம் உறுதிப்பட்டதும் கண்டனன் தேவியை என ஆடினான்; பாடினான்; உவகைத் தேன் உண்ட தால் கூத்தாடினான். அறம் அழியவில்லை, அறம் தோற்க வில்லை, தானும் இனி இறக்க மாட்டோம் என அங்கும் இங்கும் பாய்ந்து ஓடினான்.

இப்போது அனுமனுக்கே ஒரு குழப்பம் வந்தது. எதைப் புகழ் வது? பிராட்டி தன் கற்பின் வலிமையால் இராவணனை அழிக்க வல்ல ஆற்றலுடையவளாயிருந்தும், அது தன் நாயகன் இராம னின் தோள் ஆற்றலுக்குக் குறைவுண்டாக்கும் என்று கருதித் தன் ஆற்றலை அடக்கியிருந்ததால், அதற்குக் காரணமான இராம பிரானின் தோள் வலிமையைப் புகழ்வதா? இதற்கு ஆதார சுருதியாய் விளங்கிய பிராட்டியின் மனவலிமையைப் புகழ் வதா? நிலத்தின் இயல்பை அதனிடம் முளைத்த முளை காட்டு வது போல், மற்ற புகழுக்கு எல்லாம் அடிநாதமாய் விளங்கும், பிராட்டி பிறந்த ஜனகராஜரின் குலவலிமையைப் புகழ்வதா?

புலன்களை அடக்கி வென்ற அனுமனுக்கு இப்போது ஒன்று மிகத் தெளிவாகப் புரிந்தது. அக்னியை வளர்த்து அதனிடையில் நின்றும், உணவை விலக்கி உண்ணா நோன்பிருந்தும் தவம் இயற்றுபவர்களை விட அறம் எனப் பட்டதே இல்வாழ்க்கை என மன உறுதி தவம் இயற்றும் மங்கையர்கள் மிக உயர்ந் தவர்கள்; மாதவர் நோன்பினும் மங்கையர் நோன்பு மகிமை யுடையது.

இப்போது அனுமனுக்குக் கொஞ்சம் கர்வம்கூட வந்தது. அனும னுக்கா? கர்வமா? 'பணியுமாம் பெருமை என்றும்' என்பது அதற்கு இலக்கணமாகிய அனுமனுக்கா? ஆம். இங்கே இருந்து பிராட்டி இப்படி கணவனையே நினைந்து இயற்றும் மனத் தவத்தை, யாருக்காக அத்தவம் இயற்றுகிறாளோ அந்த இராமன் தன் கண்களால் பார்க்கக் கொடுத்து வைக்கவில்லை. தன் தெய்வம் இராமனுக்கே கிடைக்காத புண்ணியம் தனக்குக் கிடைத்ததால் ஏற்பட்டதே அக் கர்வம்!

இப்போது அனுமன் ஒரு தீர்மானத்துக்கு வந்தான். இனிச் செய் வது பற்றி யோசிக்கலாம் என்று நினைத்து கிளையிலிருந்து

இறங்கி மரத்தின் ஒரு பொந்துக்குள் புகுந்தபோது இராவணன் வருவது தெரிந்தது. அனுமனுக்கு ஒரு புது அனுபவம் கிடைக்க இருந்தது.

வந்தான் இராவணன்

ஊர்வசி என்ற தேவமகளிர் உடைவாளைக் கையில் தாங்கிக் கொண்டு பின் தொடர்ந்து வரவும், மேனகை என்ற மற்றொரு தேவ மாது பக்கத்திலிருந்து வெற்றிலை மடித்துக் கொடுத்துக் கொண்டுவர, திலோத்தமை என்ற இன்னொரு தேவமங்கை அவனுடைய செருப்புக்களைக் கையில் ஏந்தி உடன் வரவும் மற்ற தேவமகளிர்கள் கூட்டமாக நாற்புறங்களிலும் சுற்றி வர... தான் அணிந்துள்ள பச்சைக் கற்பூரம் கலந்த சந்தனக் குழம்புக் கலவையும் மலர் மாலைகளும் கலந்து வீசும் பரிமள கந்தமான நறுமணம் திக்கெட்டும் பரவ வெண்குடையின் கீழ் இராவணே சுவரன் அசோக வனத்துக்குள் நடந்து வந்தான்.

இராவணன் என்ன செய்யப் போகிறான் என்று கவனிக்க தன்னை மேலும் மறைத்துக் கொண்டு அனுமன் இராம நாமத்தை ஜபித்து மனத்தில் தியானித்துக்கொண்டு நின்றான். அப்போது இராவணன் உடன் வந்த பரிவாரங்களையெல்லாம் விலக்கிவிட்டுச் சீதை இருந்த இடத்துக்கு அருகில் வந்தான். தன்னை உண்ண வரும் வேங்கைப் புலியைக் கண்ட இளம் பெண்மானைப் போன்று சீதை அஞ்சி நடுங்கினாள்.

சீதையிடம் கெஞ்சும் இராவணன்

உயிர் கொல்லும் கொடிய ஆலகால விஷத்தை அமுதம் போல் விரும்பும் இராவணன் சீதையின் முன் நின்று பேசத் தொடங் கினான்:

'மூன்று உலகங்களையும் அரசாளும் நான், என்னை உன் அடிமை என்று எண்ணியிருக்க நீயோ என் மீது இன்னமும் கருணை காட்டாதது ஏன்? நாள்கள் கழிந்து கொண்டே உள்ளன. வாழ்நாளும் இளமையும் போனால் திரும்ப வராது. இன்பம் அனுபவிக்கும் இளமைக் காலம் வீணே கழிந்து விட்டால், இனி எப்போது வாழ்ந்து இன்புறுவது?'

தேவர்களே என் சொல்லைத் தட்டாமல் நடக்கிறார்கள். தேவர்களினும் மேம்பட்ட நான் உன்னிடம் கெஞ்சிக் கேட்டும் நீ மறுக்கலாமா? உண்மையைச் சொல்லப் போனால், நீ நெடுங்காலம் செய்த நல்வினையின் பயனை அனுபவிக்க விதி உனக்கு என் மூலம் ஒரு நல்ல வாய்ப்பை அளித்துள்ளது. இதை நீ தள்ளலாமா? உன்னை நான் கொண்டு வரும் முன்பே உன் கணவன், இறந்து விட்டான். அவன் அந்த நேரம் 'சீதா, லட்சுமணா' என்று அலறியதை நீ காதால் கேட்டிருந்தும் அதைப் பொய்க் குரல் என்று வீணாக நம்பி ஏமாறுகிறாயே!'

'அந்தப் பிரம்மதேவன் உன்னுடைய மின்னலிடையை இல்லாத ஒன்றைப் போல் படைத்தது போல இரக்க குணமும் உன் மனதில் இல்லாத ஒன்றாகப் படைத்து விட்டானோ? 'மூவுலகங் களையும் அடக்கி வெற்றி கொண்டு ஆளும் என்னை உன் அடிமையாக ஏற்று எனக்கு அருள் புரி' என்று கூறிக் கொண்டே, தன் கைகளைத் தலைக்கு மேல் குவித்துக் கொண்டே சீதையின் முன் நிலத்தின் மீது உடல் படிய சாஷ்டாங்கமாய் விழுந்து வணங்கினான் இராவணன்.

சீதையின் புத்திமதி!

இராவணனின் இரும்பைப் பழுக்கக் காய்ச்சி ஊற்றியது போன்ற இந்தச் சுடு சொற்கள் தன் செவிகளில் விழுந்து செவிகளே தீய்ந்தது போன்ற கோபம் கொப்பளிக்க, அவனைப் பார்க்கவும் அவனுக்கு நேரிடையாகப் பதில் கூறவும் விரும்பாது, கீழே கிடந்த துரும்பை எடுத்துப் போட்டு, அவனை அத்துரும்பாக மதித்து பதில் கூறத் தொடங்கினாள்:

'வலிமையான தோளுடைய ஆண்களின் தீய எண்ணங்கள் மாறி நல் வழியில் செல்ல வைப்பதற்கான திறன் கல்லைப் போல் மன உறுதி கொண்ட கற்பினைக் காட்டிலும் வேறெதற்கும் உண்டோ?'

'மேரு மலையைத் துளைத்துச் செல்ல விரும்பினாலும், ஆகா யத்தைக் கிழித்துக் கொண்டு அப்புறம் செல்லவேண்டுமென் றாலும், பதினான்கு லோகங்களையும் அழிக்க விரும்பினாலும் இவற்றையெல்லாம் சாதிக்கவல்ல வல்லமையுள்ளது இராம

பிரானுடைய பாணம். முந்நாளில் தாடகை, விராதன், கரன், தூடணன், திரிசிரா, மாரீசன் முதலிய அரக்கர்கள் இராம பாணத்தால் அழிந்தது தெரிந்திருந்தும் சீரிய அல்லாத வார்த்தை களைச் சொல்லி உன் பத்துத் தலைகளும் அறுந்து கீழே விழும்படி செய்வாயோ?'

'இவ்வளவு அரக்கர்கள் என் நாயகனால் அழிந்தது தெரிந்து தானே, அவரை நேரே நின்று எதிர்க்க அச்சங்கொண்டு, மாயமானை வஞ்சகமாக அனுப்பி மாறுவேஷம் பூண்டு என்னைக் கொண்டு வந்தாய். இப்போது நீ பிழைத்துப் போக வேண்டுமென எண்ணினால் என்னை என் கணவரிடம் கொண்டு போய் விட்டு விடு; இல்லையேல் என்னை மீட்க அவர் இங்கே வருவார். உனக்கு மட்டுமல்ல, உன் குலத்துக்கே அவர் விஷமாகி கூண்டோடு அழிந்து போவீர்கள்.'

'அன்று நீ பறவை ஜடாயுவிடம் தோற்றுப் போனாய். சிவ பெருமான் கொடுத்த வாளால் நீ ஜடாயுவைக் கொன்று வென் றாய். இல்லாவிட்டால் அன்றே நீ இறந்திருப்பாய். நீ செய்த தவ பலத்தால் பெற்ற வரங்கள், வாழ்நாள் எல்லாம் உன்னை என் னிடமிருந்து காப்பாற்றுமே தவிர மானிடனாக அவதரித்துள்ள இராமபிரானது அம்பிடமிருந்து காப்பாற்றாது.

'கயிலாய மலையை எடுத்து எட்டுத் திக்குகளையும் காக்கும் யானைகளை நிலை கலங்கச் செய்து வென்றேன் என்று பெருமை அடித்துக் கொள்ளும் நீ, இளையபெருமாள் வில் ஏந்தி எனக்குக் காவலாக இருந்தபோது வரவில்லை. அப்போது தலை யெடுக்காத நீ இன்னமும் பத்துத் தலைகளையும் கொண்டு பெண்கள் காலில் விழுந்து வணங்கி நிற்பாயோ?'

'நீ என்னை வஞ்சகமாய்க் கொண்டுவந்து சிறைவைத்து ஒளித்து வாழ்கின்ற இவ்விடம் எது என்று என் கணவர் அறிந்து கொள் ளும் அந்தநாளே இந்தக் கடலும் இலங்கையும் அழிந்து விடுமோ? அல்லது குற்றம் ஏதும் புரியாத எஞ்சிய உலகமும் அழிந்துவிடுமோ? உன்னையும் அரக்கர்களையும் கொல்வ தோடு அவர் கோபம் அடங்குமோ? தெரியவில்லை; உண்மை யிலேயே அச்சமாக உள்ளது.'

பல அசுரர்கள் அறநெறி தவறி அநீதி இழைத்ததால் இறந்தாலும் அவர்கள் உன்னைப் போல் பிறன் மனைவியர் விஷயத்தில் தீங்கு புரியவில்லை. அந்தப் பாவச் செயலை நீ செய்துள்ளாய். இன்று எல்லா உலகங்களும் உனக்கு ஏவல் செய்யுமளவுக்குச் செல்வ வளமை உனக்கு அமைந்துள்ளது என்றால் அதற்குக் காரணம் முந்நாளில் நீ செய்த அறச் செயல்களா அல்லது பாவச் செயல்களா என்று சற்றே யோசித்துப் பார்.'

'என் நாயகன் தண்டக வனத்தில் புகுந்தபோதே தமிழ் மொழியை வளர்த்த அகத்திய முனிவரும் அங்கிருந்த தவசியர் யாவரும் இழிதொழில் புரியும் அரக்கர்களின் கொடுமைக்கு ஆளாகித் தவம் செய்ய இயலாமல் தவிக்கிறோம்; மறைகள் ஓதவும் முடியவில்லை; ஓதுவார்க்கு உதவவும் முடியவில்லை. எங்களைக் காப்பாற்றுங்கள் என்று முறையிட்டதை நானும் கேட்டேன். அபயமளித்தார் என் கணவர். உன்னைப் பற்றியும் உன் வலிமையைப் பற்றியும் கேட்டிருந்தும், உன் தங்கை மூக்கை அறுத்திருக்கிறார் என் கணவர் என்பதை நீ சிந்திக்கவே இல்லையா?'

கொல்ல வல்ல கொடிய பாம்பும் மந்திரத்தைக் கேட்டுக் கட்டுப் படும்; அடங்கி நடக்கும். ஆனால் தன்னிச்சைப்படியே நடந்து கண்டதே காட்சி, கொண்டதே கோலம் என்று திரியும் உன்னை தைரியமாக எடுத்துக் காட்டி இடித்துரைப்பார் இல்லை. திருத்து பவர்கள் இல்லை. உன்னோடு இருப்பவர்கள் எல்லோரும் உனக்கே ஆமாம் போட்டு உன்னையே அழிப்பவர்கள் என்பதால் உனக்கு முடிவைத் தவிர வேறு முடிவு கிடையாது.

ஆசை வெட்கமறியாது!

இராவணன் தனக்குச் செய்த தீமையை இப்படி எல்லாம் எடுத்துச் சொன்னாலாவது அவன் கொஞ்சமாவது கேட்டு நல் வழிப்பட மாட்டானா என்று அவனுக்கு உறைக்கும்படியாக எடுத்துச் சொன்னாள். ஆனால் இராவணனோ கண்களில் நெருப்புப் பொறி பறக்கக் கோபங்கொண்டு 'இவளைப் பிளந்து தின்பேன்' என்றெழுந்தான்; அப்போது காதலைக் கோபம் வென்றது.

அதைப் பார்த்துக் கொண்டிருந்த அனுமனோ சீதையை இராவணன் தொடுவதன் முன்னம் பத்துத் தலைகளையும் தாக்கி எறிந்து, அவளைச் சுமந்து கொண்டு சென்று விடலாமோ என தன் கைகளைப் பிசைந்தபடி நின்றான்.

ஆனால் சில நொடிகளில் காதல் கோபத்தை வென்றது. ஆம், கோபம் என்ற கொடுந்தீ காமம் என்ற வெள்ள நீரில் அவிந்து போக, இராவணன் தன் நிலைமைக்கு மீண்டும் திரும்பினான். திரும்பிச் சீதையிடம் இன்னொரு முறை சொல்லிப் பார்க்கலாம் என்று ஆரம்பித்தான். ஆசை வெட்கமறியாதது அல்லவா?

'உன்னைக் கொல்வேன் என்று கோபம் கொண்டேன் என்றாலும் உன்னைக் கொல்ல மாட்டேன். நீ என்னைப் பற்றி இவ்வளவு நேரம் தீட்டிய குற்றச்சாட்டுக்களுக்கெல்லாம் உனக்கு விளங்கும்படியாகப் பதில் சொல்லமுடியும். ஆனால் என்னால் சாதிக்கக்கூடியது, சாதிக்க முடியாதது எனப்படும் செயல்கள் இந்த உலகில் உண்டோ? வெல்வது, தோற்பது இவை யாவும் என் விளையாட்டால் நடந்தவையே.'

'உன் உயிராகக் கருதும் உன் கணவனைக் கொன்று என் வலிமையைக் காட்டியிருந்தால், நீ அன்றே உயிரை விட்டிருப்பாய். அப்படி நீ உயிரை விட்டால், நானும் அதற்கு மேல் வாழாது உயிரைப் போக்கியிருப்பேன். நான் உன்னை வஞ்சனையால் மாய வேடம் பூண்டு கொண்டுவந்தது.'

'மாயமான் என்பது தெரியாமல் பின்தொடர்ந்து சென்ற மானுடர்கள் திரும்பி வரமாட்டார்கள்; அப்படியே வந்தாலும், உன்னைக் கவர்ந்து சென்றவன் நான் என்று தெரிந்தால் உன்னை மீட்க வர மாட்டார்கள். அவர்கள் வருவார்கள் என்று எதிர்பார்த்திருப்பது உன் அறியாமை. உன்னைக் கொண்டு வந்தவன் நான் என்று தெரிந்ததும், பின் வாங்குபவரே தவிர எனக்கு எதிராக வரும் தேவர்கள் யாரும் இல்லை.'

'என்னைக் குறைத்து மதிப்பிடுவதால் இப்போதே சென்று அவர்கள் இருவரையும் ஒற்றைக் கையாலேயே பிடித்துக் கொண்டு வருகிறேன், பார்! அற்ப மானிடர்களை நான் கொல்ல

மாட்டேன். மாறாக அவர்களை இங்கு கொண்டுவந்து எனக்கு ஏவலாளர்களாகப் பணி செய்ய வைப்பேன். அதையும் நீ பார்க்கத்தானே போகிறாய்! அற்ப மனிதர்களானாலும் உன்னை எனக்குத் தந்துதவியதைக் கருத்தில் கொண்டு பார்த்தால் அவர்கள் கொல்லப்பட வேண்டியவர்கள் அல்லர்; ஆனால் அவர்கள் அழிய வேண்டுமென்று நீ விரும்பி 'அதைச் செய்' என்று சொன்னால் நான் அதைச் செய்து முடிப்பேன்.'

'நீ இதற்கும் இணங்கி வரவில்லை என்றால் அயோத்திக்குச் சென்று பரதன் முதலானோரை எல்லாம் அழித்து, மிதிலைக்கும் சென்று உன் தந்தை முதலியோரையும் கொன்று குவித்துவிட்டு வந்து உன் உயிரையையும் போக்குவேன். என்னைப் பற்றி முழுவதும் நீ அறியமாட்டாய்.'

இவ்விதம் கோபமாகச் சொல்லிவிட்டு தன் வாளைச் சுட்டிக் காட்டி 'உன் உயிரைக் குடிக்க உள்ள காலம் இன்னும் இரண்டு மாதங்களில் முடிந்துவிடும். உனக்கு எது தோன்றுகிறதோ அதனை நன்றாக யோசித்துப் பார்; அதன்படி நட' என்று அதட்டிவிட்டுச் சென்றான்.

இராவணன் போகிறபோது காவல் புரியும் அரக்கியர்களிடம் 'சீதையை நல்ல வார்த்தை சொல்லிச் சமாதானப்படுத்தியோ பயப்படுத்தியோ விரைவில் அவளை வசப்படுத்த வேண்டும். இல்லையேல் உங்களைக் கொன்றுவிடுவேன்' என்று கட்டளை யிட்டு விட்டுப் போனான்.

இராவணன் அங்கிருந்து அகன்றதும், அரக்கியர்கள் பிராட் டியைச் சுற்றி வளைத்துக் கொண்டு அதட்டத் தொடங்கினர். சில அரக்கியர் சூலங்களையும் வாளையும் மேலே வீசி 'இவளைக் கொல்லுங்கள். இவளைக் கொல்லுங்கள்' இவளைக் கண்ட துண்டமாக்கித் தின்னுங்கள்' என்று உரத்த குரலில் சொன்னார்கள் சிலர்.

'விவேகமற்றவளே! நீ புகுந்த குலத்துக்கும், பிறந்த குலத்துக்கும் எரிகின்ற தீயை விதைப்பதோர் காரியத்தைச் செய்து விட்டாய்.

நாங்கள் சொல்லும் புத்திமதியை நீ கேட்டு அதன்படி நடக்கா விட்டால் உன் இனத்தார் எல்லாரும் பிழைத்திருக்க மாட்டார்கள். உண்மையை இதற்குமேல் தெளிவாகச் சொல்ல முடியாது' என்று அச்சுறுத்தினர்.

இந்தத் துயர நிலையைக் கண்டு இடுக்கண் வருங்கால் நகுவது போல் தானே சிரித்துக் கொண்டாள். பிராட்டிக்கு எத்தகைய அவல நிலை! ஐயிருதிங்கள் இதற்காகவா தவமாய்த் தவமிருந் தாள்?

அப்போது சட்டென்று திரிசடை இடை புகுந்து பிராட்டியைத் தேற்று முகமாக 'நான் கண்ட கனாவினால் ஏற்படும் முடிவுகளை முன்னமேயே சொன்னேன். வீணாக நீங்கள் வருந்தவேண்டாம். பிறகு அது பெருந்தவறாக முடியும்' என்று எடுத்துக் கூறினாள். அப்போது அந்த அரக்கியர்களும் அக்கனாவின் முழு விவரத்தையும் கேட்டனர்; கேட்டதும் அவர்களுக்கு நல் அறிவு உதித்தது.

கணையாழி காட்டினன்!

4

மரக்கிளையில் தூக்குக் கயிறு

சீதா பிராட்டியைக் காவல் செய்து வந்த அரக்கியர்கள் தூங்கத் தொடங்கினர். அவர்கள் தூங்கும்போதுதான் பிராட்டியைக் காணவும் பேசவும் ஏற்ற தருணம் என்று கருதிய அனுமன், அரக்கியர்களை இன்னும் அசந்து தூங்கச் செய்யும் மந்திரங்களை உச்சரித்து ஏவினான். அதனால் அவர்கள் செத்துக் கிடப்பவர்கள் போல சோர்ந்து தூங்கினர்.

இராமன் மீது குறையாத அன்பு பொங்கி எழ தனக்குத்தானே பேசி ஆற்றிக் கொள்ளத் தொடங்கினாள் சீதை.

‘தனியே தவிக்கும் என்னைக் காப்பாற்ற இராமபிரான் வருவாரா? அவரது

வில்லின் 'கணகண கணகண' எனும் நாண் ஒலி என் காதில் விழுமா?

'என் பிராண நாயகன் வராமல் இருக்கமாட்டான் என்ற உறுதி யால்தான் இத்தனை துன்பங்களுக்கு உள்ளாகியும் பொறுத்துக் கொண்டு உயிரோடிருக்கிறேன். நீங்கள் காட்டிற்குப் புறப் படும்போது உடன் வருவேன் என்ற என்னைத் தடுத்து 'இங்கேயே இரு, சில நாள்களில் நான் திரும்பி வருவேன்; நீ வந்தால் எல்லையற்ற இடர் தருவாய்' என்று சொன்னீர்கள். இப்போது உங்களைப் பிரிந்து சிறையில் துயரப்படும் என்னை இதுவரை காப்பாற்ற வரவில்லையே.'

'என் உயிர் உள்ளவரை துயரம் என்னை விடாது; நான் மடிந் தால்தான் ஒருவேளை புகழ் பெறுவேனோ? இராவணன் என்னை விரும்பியதை நான் அறிந்திருந்தும், என்னைச் சூழ்ந் துள்ள அரக்கியர் பலமுறை என் செவிபடச் சொன்ன கொடுஞ் சொற்களைத் தாங்கிக் கொண்டு இன்னமும் உயிரை வைத்துக் கொண்டிருக்கும் என்னைவிடக் கொடிய அரக்கி யாரும் இருக்கமுடியுமா என்ன?'

'இத்தனை மாதங்கள் என் நாயகனைக் காணும் ஆசையாலேயே பொறுமையாகச் சிறையிருந்த என்னை, அயலான் ஊரில் சிறை யிலிருந்தவள் என்பதால் புனித இராகவன் என்னை ஏற்றுக் கொள்வாரோ? மாட்டாரோ? கதைகளில் இதுவரை வாழ்ந்து உயர்ந்த பெண்கள் பலர் கணவனைப் பிரிந்ததும் உயிர் துறந்து வரலாற்றுப் பெண்களாய் ஆனார்களே தவிர என்னைப் போல வாழ்க்கையைத் தொலைத்த பிறகும் உயிரோடு வாழ்ந்தவர்கள் எத்தனை பேர்?'

இப்படி எல்லாம் மனதுக்குள்ளேயே மறுகி மறுகி இப்போது காவல் செய்யும் அரக்கியரும் உறக்கத்தில் இருப்பதால் இதுவே நல்ல தருணம். இனி இறப்பதே அற வழியாகும் என்று எண்ணி அருகில் இருந்த குருக்கத்தி மரச் செறிவின் அருகில் சென்றாள்; கொடி ஒன்றை மரக்கிளையில் வலிவாகச் சுற்றி தன் மணிக் கழுத்துக்குக் கொண்டுவர யத்தனித்தாள்.

உயிர்தந்த உத்தமன்

அதைக் கண்ட அனுமன் அவள் கருத்தை அறிந்து திடுக்கிட்டான்; ஆனாலும் தன் தலைவனின் பிராட்டியின் திரு மேனியைத் தீண்டி அவளைத் தடுத்து நிறுத்த கூச்சத்தால் அஞ்சினான்; எப்படியும் அவளைக் காப்பாற்றியே தீர வேண்டும் என்ற எண்ணம் உடல், மனம், சிந்தை முழுவதும் ஓட, அவனுடைய நுண் அறிவு விழித்துக் கொள்ள ஒரு சாமர்த்தியமான முறையைக் கையாண்டான். தொடாமலேயே அவளைத் தடுப்பது எப்படி? எதை வாய்விட்டுச் சொன்னால் அவள் திரும்பிப் பார்ப்பாளோ, அந்தச் சொற்களையே ஆயுத மாகப் பிரயோகித்தான்.

மந்திரம் போல சொற்கள் அவளைத் தடுத்து நிறுத்தின; மருந் தாய்ப் பலன் அளித்தன. 'இராம தூதன் நான்' என்று உரக்க உச் சரித்துக் கொண்டே பிராட்டி முன்னர் குதித்து அவளை வணங்கி நின்றான் சமய சஞ்சீவியான அனுமன்.

அந்த அமுத வார்த்தைகள் இன்பத் தேனாய் பாய்ந்தது அவள் காதுகளிலே. அவ்வளவுதான் அவள் உடல் முழுவதும் ஆனந்தத் தேன் சொரிய ஆரம்பித்தது. அவள் உயிர்நாடி யல்லவா அந்த இரண்டெழுத்தும்? உணர்ச்சி பெருக ஆரம் பித்தது; உயிர் உருகத் தொடங்கியது. அனுமன் நினைத்த அற் புதம் நிகழ்ந்தது. பிராட்டி தன் செயலை நிறுத்தி அந்த ஒலி வந்த பக்கம் திரும்பினாள்.

உடனே சற்றும் தாமதிக்காது அனுமன் ஆரம்பித்தான்:

'இராமபிரானின் கட்டளைப்படி இங்கு வந்துள்ளேன். உலகத் தின் மூலை முடுக்குகளில் எல்லாம் கூட விடாது தங்களைத் தேடிப் பார்த்துக் கண்டுபிடிக்க வேண்டுமென்பது அவர் ஆணை. பல பக்கமும் சென்ற எண்ணற்ற வானர வீரர்களில், நான் பெற்ற புண்ணியத்தால் தங்களை இங்கு இன்று காணும் பேறு பெற்றேன். தங்களைப் பிரிந்து தாங்கவொண்ணாத் துயர் உறும் இராமபிரான் தாங்கள் இங்கு இருப்பதை அறிய வில்லை; அறிந்திருந்தால் அரக்கர்கள் வர்க்கமே இந்நேரம்

இல்லாது போயிருக்காதா? அப்படி நிகழாததே அவர் அறிய வில்லை என்பதற்கு சாட்சியாகாதா?'

இப்படிச் சொல்ல ஆரம்பித்த அனுமனுக்குத் திடீரென ஒரு சந்தேகம் முளைத்தது. தன்னையும் கபட வேடம் போட்ட இராவணனைப் போல், அரக்கர்களின் மாயம் என்று பிராட்டி எண்ணிவிட்டால் என்னாகும் என்பதே அது. யாருமறியா அயலான் ஊரில் சிறையிருக்கும் அபலைக்கு நியாயமாக வரக்கூடிய சந்தேகம்தானே அது. உடனே சட்டென்று தான் தூது வந்த விஷயத்தைப் போட்டு உடைத்தான்.

'என்னைச் சந்தேகப் படவேண்டாம். இராமபிரான் கொடுத்தனுப்பிய அடையாளம் உள்ளது. சொல்லிய அடையாளச் செய்திகளும் உள்ளன. உள்ளங்கை நெல்லிக்கனி போல அவை தங்களைத் தெளிவிக்கும்' என்று தன் மீது பிராட்டி நம்பிக்கை கொள்ளும்படி அனுமன் முதலில் விண்ணப்பம் செய்தான்.

இவன் அரக்கனாக இருப்பானோ என்ற அடிப்படை ஐயம் முதலில் நீங்கியது. சூடு கண்ட பூனையல்லவா அவள்? இராவணன் தவவேடம் புனைந்து வஞ்சனை செய்ததை அவள் ஆயுசுக்கும் மறக்க முடியுமா என்ன? இவனைப் பார்த்தாலே, பார்த்த முதற் கணத்திலேயே இவன் ஒழுக்க நெறி நின்று, ஐம்புலன்களை அடக்கி ஆளும் தவசியோ தேவனோ எனும்படி உள்ளான். இவன் கூறிய சொற்கள் இவனுடைய நல்லறிவைப் புலப்படுத்துகின்றன. தோற்றமும் சொற்களும் இவன் தூயவன் என்று பறை சாற்றுகின்றன.

நல்லதையே எண்ணி நல்லதே நடக்கும்படி நல்லதையே பேசுகிறான் இவன்; பேசக்கூடவில்லை, கண்கள் கண்ணீர் வழிய வாய்விட்டுப் புலம்பி அழும் தொனியில் உணர்வோடு பேசும் இவனை யாரென்று தெரிந்து கொள்ள வேண்டுமென்று கருதி 'வீரனே! நீ யார்?' என்று கேட்டாள்.

அறிமுகம் ஆனான்!

அனுமன் இப்போது சீதை இராமனைப் பிரிந்ததிலிருந்து நடந்தவற்றைச் சுருக்கமாகப் பிராட்டிக்கு எடுத்துச் சொன்னான்.

'இராமபிரான் தங்களைப் பிரிந்த பின்பு சகோதரனாக ஏற்றுக் கொண்டவன் குரங்கு இனத்துக்கு அரசனான சுக்கிரீவன். அவனுடைய அண்ணன் வாலி. வலிமையுடைய வாலியை உங்கள் நாயகராம் இராமபிரான் ஓர் அம்பினால் கொன்று, இளையவராகிய சுக்கிரீவனுக்கு அரசைக் கொடுத்து, துணைவனாக்கிக் கொண்டார். எங்கள் அரசன் சுக்கிரீவனின் அமைச்சர்களில் ஒருவனான நான் வாயுகுமாரன். அனுமன் என்பது என் பெயர்.'

வானரப் படை வீரர்கள் உலகங்கள் எல்லாவற்றையும் எடுத்து அணைக்கும் ஆற்றல் கொண்ட கைகளும், கடலைத் தனித் தனியே தாண்டும் பாதங்களையும் உடையவர். இராமபிரானின் குறிப்பறிந்து திறமையாகக் கூடி, செய்து முடிக்கும் வல்லமை உடையவர்.

ஏழு கடல்களையும், அவை சூழ்ந்துள்ள ஏழு பிரிவுகளாய் உள்ள பூமியையும், கீழே உள்ள அழகிய பாதாள உலகமாம் நாகலோகம், மேலுலங்கள் முதலிய எல்லா இடங்களிலும் உங் களைத் தேடி, அப்போதும் காண முடியாவிட்டால் இவ்வண்டத்துக்கு அப்பால் உள்ள பகிரண்டத்திலும் சென்று தேடிப் பார்க்க ஒரு குறிப்பிட்ட காலக் கெடுவுடன் புறப்பட்டுப் போயுள்ளனர்.

இராவணன் தங்களை எடுத்துக் கொண்டு சென்ற நாளில் தாங் கள் எங்கள் குன்றில் போட்ட துணியில் முடிந்திருந்த அணி கலன்களை அடையாளமாகக் கொண்டு இராமபிரான் என்னைத் தனியே அழைத்து சில முக்கிய அடையாளச் செய்திகளைச் சொல்லித் தெற்குத் திசையில் தேடிச் செல் என்று கட்டளை இட்டான்.

திருவடி முதல் திருமுடி வரை...

இப்படி அனுமன் சொல்லி வந்ததும், ஆச்சரியமொன்று அங்கே நிகழ்ந்தது. பிரிவால் மெலிந்திருந்த பிராட்டியின் உள்ளம் களிப் படைய கண்களிலிருந்து ஆனந்தக் கண்ணீர் ததும்பி வழிந்தது. உடனே அனுமனை நோக்கி 'இராமபிரானின் திருமேனி

எவ்விதமாக உள்ளது என்று நீ அறிந்ததை எனக்கு எடுத்துச் சொல்வாயா?' என்று குழந்தையைப் போல் கேட்டாள்.

இராமபிரானால் அனுப்பப்பட்டவன்தான் அனுமன் என்பதை உறுதியாய் அறியும் வகையிலும், அனுமன் இராமனின் அங்க இலக்கண அழகை எவ்வளவு தூரம் நன்கறிந்துள்ளான் என்பதையும் சீதையின் இக்கேள்வி தெளிவாக்கியது. பல மான பீடிகையுடன் ஆரம்பித்தான் அனுமன்.

'ஐயனின் திருவடிக் கமலங்கள் சிவந்த இதழ்களையுடைய தாமரைப் பூபோன்றது என்று பண்டைய புலவர் பெருமக்கள் கூறுவார்கள்; ஆனால் உண்மையில் திருவடிக்கு முன் செந்தாமரை மலர்கள் மிகவும் தாழ்ந்த உவமையாகும். தனியே பார்க்கும்போது சிவப்பாயுள்ள கடலில் தோன்றும் பவழம் கூட, அத்திருவடிகளுக்கு முன் கரிய நிறமென்றே சொல்லக் கூடியதாகும். செம்மை மென்மைகளால் தாமரையும், நிறத்தால் பவழமும் திருவடிகளுக்கு உவமையாய் ஓரளவே பொருந்தக்கூடியன.

இதழ்களோடு கூடி விளங்கும் கற்பக மரத்தின் செவ்வரும்பு களும், கடல் நீர்த் துறையில் தோன்றும் இளமையான பவழக் கொடியும் திருவடி விரல்களுக்குப் பொருந்துமோ? கிழக்கே உதிக்கும் சூரியனின் இளம் காலைக் கதிர்கள் வேண்டு மானால் ஒளி திகழும் அவ்விரல்களுக்கு ஒத்துவரக்கூடும்.

இராமபிரானின் தோள்களுக்கு மலைகளை உவமை கூறலாம் என்றால், அம்மலைகள் அவன் தோள்களைப் போலத் திரட்சி யுடனில்லை; ஒளி பொருந்தியதாக இல்லை; புகழ் பெற்றவை யும் இல்லை.

'இராமபிரானின் பல்லுக்கு உவமை முத்துகளோ? முழு நில வுத் துண்டங்களின் வரிசையோ? வெண்ணிறமுடைய அமிர் தத் துளிகளின் கூட்டம் முறையாகத் தொடுக்கப் பெற்றதோ? தருமம் எனும் வித்தில் முளைத்த முளைகளோ? சத்தியம் எனும் மரத்தில் அரும்பிய பூங்கொத்தின் தொகுதியோ? என்னவென்று சொல்வது?'

நாயகனின் மூக்கின் அழகை எப்படிச் சொல்வது? மேன்மை யுடைய இந்திர நீலக் கற்களிலிருந்து கிளம்பும் ஒளிப் பிழம்பும், மரகதப் பச்சை நிறத்தின் திரண்ட ஒளித் திரட்சியும் விரும்பித் தவம் செய்யும்படியான நிறத்தை உடையது.

கோதண்டராமன் கோபத்தால் புருவத்தைச் சிறிது நெறித்து வில்லை நாணேற்றியதும் எதிர்த்து வந்த அரக்கர்கள் செத்து மடிய, தலையறுபட்ட முண்டங்கள் குதித்தன. அவற்றை உண்ண வந்த பேய்கள் இரை நிறையக் கிடைத்ததனால் மகிழ்ந்து கூத்தாடின. 'இனி அரக்கர் குலம் முழுவதும் அழிந்தது என்று தேவர்களும், தவசியரும், தருமதேவதையும், நான்கு வேதங்களும் களிப்புடன் கூத்தாடின. இப்படிக் கூத்தாடலை நிகழ்த்திய இராமபிரானது புருவத்துக்கு உவமையை நீங்களே தேடிக் கொள்ளுங்கள்.

அஷ்டமிச் சந்திரன் என்னும் எட்டாவது தினத்தன்று தோன்றும் சந்திரனைப் போன்று இயல்பாகக் களங்கம் நீங்கி, வளர்தல் தேய்தல் இல்லாமல் என்றும் ஒரேபோல் நிற்கு மேயானால் அந்த அர்த்த சந்திரன்தான் இராமபிரானது நெற்றிக்கு உவமையாகும். அப்படியான ஒன்று உலகத்தில் இல்லாததால் வேறு உவமை சொல்ல இயலாது.

தெய்வத் தன்மை பொருந்திய இயற்கை மணமே வீசுகின்ற இராமபிரானது தலைமுடி வனவாசம் செய்யும் காலத்தே திரண்ட சடையாகி விட்டது என்றால் மேகத்தை அதற்கு உவமை சொல்லுவது தாழ்வன்றோ?

இராமபிரானின், குறைவு நடையை ஒரு காளையின் நடையைப் போலுள்ளது என கூற முற்பட்டால், மதயானை வருந்தாதோ?'

அடையாளம் மோதிரம்

இவ்வாறு இராமனின் திருமேனி அழகை எல்லாம் விரிவாக அனுமன் எடுத்துக் கூற, அதனைக் கேட்டு மெய்மறந்திருந்த பிராட்டியை, பூமியில் படிந்து வணங்கி, 'இராமபிரான் சொன்ன

செய்திகளும், அடையாளமும் உள்ளன. அவற்றைத் தாயே, நீ கேட்பாயாக!' என்று கூறத் தொடங்கினான்:

'மண்மகள் அறிந்திராத வண்ணச் சீறடி உடைய சீதையால் கானகத்தில் கல்லிலும் முள்ளிலும் சுட்டெரிக்கும் வெய்யிலிலும் நடந்து வருவது கடினம்; காட்டில் இருக்க வேண்டிய நாள்கள் சீக்கிரம் ஓடி விடும்; அது வரை தன் தாய்மார்களுடன் இருப்பாயாக என்று சீதையிடம் சொல்ல, பதிலேதும் கூறாது அவள் தானும் மரவுரி அணிந்து, பிரியேன் பிரியின் உயிர் தரியேன் என்று கையோடு கைகோர்த்து உடன் புறப்படத் தயாராக நின்றதையும் சொல்வாயாக' என்று இராமபிரான் கூறியதை அனுமன் சீதையிடம் சொன்னான்.

இதற்கு மேலும் பல அடையாள மொழிகள் இருந்தும் அவற்றைக் கூறுவதைவிட அன்பின் அடையாளமாகிய மோதிரத்தைக் காட்டுவதே சீதைக்கு உகந்தது என்று கருதி, இராமபிரான் கொடுத்தனுப்பிய அவன் பெயர் அடையாளமிட்ட அற்புத வேலைப்பாடு அமைந்த மோதிரத்தை அவன் பிராட்டியிடம் தரச் சொன்னதாகக் கூறி எடுத்து நீட்டினான். அடேயப்பா! மோதிரமாகிய ஜடப் பொருளுக்கு அவ்வளவு மகிமையா? ஏதோ இராமபிரானையே நேரில் கொண்டு வந்து நிறுத்தினாற் போல, பிராட்டி அதனை அத்துணை ஆர்வத்துடன் வாங்கினாள். நெஞ்சில் வைத்தாள்; தலைமேல் வைத்தாள்; கண்களில் வைத்து ஒற்றினாள். கண்ணில் ததும்பி வழியும் ஆனந்தக் கண்ணீரைக் கையால் துடைத்தாள். ஏதோ அன்று தான் அதைப் புதிதாய்ப் பார்ப்பது போல வெகுநேரம் வெறித்து வெறித்துப் பார்த்தாள். பார்த்துக் கொண்டேயிருந்தாள். மகிழ்ச்சியால் ஏதோ பேச நினைத்தாள். தொண்டையடைப்பு ஏற்பட விம்மினாள். உள்ளக் களிப்பை உடனே உரைத்துவிட வேண்டுமென்ற உந்துதலால், தடையாய் ஏற்பட்ட தொண்டையடைப்பை விம்மாது விழுங்கினாள்.

சீதையிடம் ததும்பி மேற் பொங்கி வழிந்த மகிழ்ச்சி வெள்ளம் எப்படி இருந்தது? தான் இழந்த மாணிக்கத்தை மீண்டும் பெற்ற புற்றுப் பாம்பு போல, தாம் இழந்த பூர்விகச்

செல்வத்தைத் திரும்பவும் பெற்றவரைப் போல, பிள்ளை யில்லாது மலடியாயிருந்தவள் குழந்தை பெற்று எடுத்ததைப் போல, கண் பார்வை இழந்து வருந்திய ஒருவர் பழையபடி கண்பார்வை பெற்றதைப் போல அம்மகிழ்ச்சி வெளிப் பட்டது.

சீதைக்கு அந்தக் கணையாழி எப்படியெல்லாம் தெரிந்தது? வாட்டும் பசியால் வாடி வருந்துபவருக்கு உண்ணக் கிடைத்த அமுதாய்த் தோன்றும் சோறு போலவும், விருந்தாளிக்குக் கிடைத்த விருந்து சாப்பாடு போலவும், இறக்கும் தறுவாயி லிருந்த உயிர் மீண்டும் பிழைத்திடச் செய்த அருமருந்து போலவும் சீதைக்கு அம் மணிமோதிரம் கிடைத்தது.

சீதை கண்களிலிருந்து நீரருவி பெருக, வாய் திறந்தாலும் வாய் குழறிப் பேசத் தொடங்கினாள்; வாயிலிருந்து முதலில் வெளி வந்த சொற்கள், அவள் மன ஆழத்திலிருந்து வந்த சொற்களே! சாவா மருந்து பெற்றதால் சாவிலிருந்து தப்பியவள் வாயி லிருந்து உயிர் பெற்று வந்தது: 'உயிர் தந்தாய்! உத்தம!' 'என்பிராண நாயகன் தூதனாய் வந்து எனக்குப் பிராணனையே தந்த உனக்கு என்னால் செய்யக்கூடிய கைமாறு உண்டா, என்ன? எனக்கு மீண்டும் உயிரை மீட்டுப் பிறவி அளித்த தாயும் நீ! தந்தையும் நீ! தனிப் பெருங் கடவுளும் நீயே! துணை ஏதுமின்றி துயரக் கடலில் மூழ்கியிருந்த என் துன்பத்தைத் தீர்த்து அருளிய வள்ளலே!' என்று நன்றி நவின்று அவனை வாழ்த்திய பிராட்டி அடுத்து ஒரு அரும் பெரும் செயலைச் செய்து காட்டினாள். 'பல்லாண்டு பல்லாண்டு ஈரேழு பதினாலு உலகங்களும் மடிந்தழியும் மகாப் பிரளய காலத்திலும் அழியாத வனாய், இன்றைக்கு இருப்பது போலவே எப்போதும் கூடாது குறையாது வாழ்வாயாக' என்றாள். அனுமனைச் சிரஞ்சீவியாய் 'இன்றென இருத்தி!' என இனிக்க வாழ்த்தி ஆசீர்வதித்தாள்.

நடந்த கதை

கரை புரண்டோடிய மகிழ்ச்சிக்கு நன்றியால் அணை போட்ட பிராட்டி தன் நிலை அடைந்து அனுமனிடம் இராம - இலட்சுமணன் இப்போது எங்குள்ளனர், அவர்கள் அவனைச்

சந்தித்தது எப்படி, அவர்களுக்குத் தன்னைப் பற்றிய தகவல் கிடைத்தது எவ்வாறு என்று நடந்ததை அறியும் ஆர்வத்துடன் கேட்க, அனுமனும் சீதையை இராம-இலட்சுமணன் பிரிந்ததிலிருந்து நடந்தவற்றை விவரிக்கத் தொடங்கினான்:

'மாய மானாக வந்த மாரீசனுக்கு இராமனின் அம்பு அவன் மாய யமனாக அமைந்தது; அப்போதும் அவன் இராமபிரானைப் போல மாயக் குரல் எழுப்பியது தங்களைத் துயரமடையச் செய்யவே. அக் கூக்குரலை இளைய பெருமாள் கேட்டு விடக் கூடாது என இராமன் தன் வில்லின் நாண் மூலம் ஓர் ஒலியை உண்டாக்கினான். அப்படி உண்டாக்கியும், வெல்ல முடியாத விதி தன் கைவரிசையைக் காட்டி விட்டது. இலட்சுமணன் எதிரே வரக் கண்ட இராமபிரான் நடந்ததை அறிந்து வேகமாக தாங்கள் இருந்த இடத்துக்கு வந்து பார்த்தனர். பர்ணசாலை யைக் காணாது திகைத்தனர். அப்போதே உயிரற்ற இயந்திரம் போலான இராமபிரான், தம்பியுடன் காடு, மேடு, மலை என எல்லா இடங்களிலும் தங்களைத் தேடி அலைந்து திரியும்போது, போரிட்டு வீழ்ந்து கிடந்த ஜடாயுவைக் கண்டனர்.

தங்களுக்கு நேர்ந்ததை ஜடாயு சொல்ல, இராமபிரான் உலகையே அழிப்பேன் என்று கொடுங்கோபம் கொண்டார். இராவணன் எப்பக்கம் சென்றான், எங்கே உள்ளான், அவன் இருப்பிடம் எது என்றெல்லாம் கேட்ட அவர்களுக்குப் பதில் சொல்லுமுன், ஜடாயு காலன் கூப்பிட்ட குரலுக்குப் பதில் சொல்லப் போய் விட்டார்.

இடிந்து போன இராம - இலட்சுமணன் ஒருவாறு தங்களைத் தேற்றிக் கொண்டு தங்கள் தந்தைக்கு ஒப்பான ஜடாயுவுக்குத் தக்க ஈமக் கடன்களைத் தேவரும் உலகோரும் வியப்ப செய்து முடித்து, தங்களைக் கண்டு பிடிக்க காடும் மலையும் கடந்து செல்லலாயினர்.

எல்லாத் திக்குகளிலும் வானர சேனை தங்களைத் தேடிப் புறப்பட, நான் தென்திசை நோக்கி இராமபிரான் கட்டளை யால் வந்து சேர்ந்தேன்.'

அனுமன் இவ்விதமாக நடந்தவற்றை எல்லாம் பிராட்டி அறியும்படி சொல்ல, பிராட்டியோ இராமபிரானுக்குத் தன்னால் ஏற்பட்ட சிரமங்களை எண்ணி வருந்தினாள். உருகினாள். சீதை அனுமனிடம் 'கடலை எவ்வாறு கடந்து வந்தாய்' என்று கேட்டாள். அவளைப் பொறுத்தவரை நியாயமான கேள்வியே.

அனுமன் 'உங்கள் நாயகனின் தூய பாத கமலங்களை ஒன்றிய உணர்வுடன் பணிந்தோருக்கு மாயையாகிய பெருங்கடலைக் கடப்பது எவ்வளவு எளிதோ அப்படியே நானும் அவனருளால் கடலைத் தாண்டி வந்தேன்' என்றான்.

'இவ்வளவு சிறிய உடலைக் கொண்ட நீ கடலைத் தாண்டியது உன் தவ வலிமையாலா அல்லது எதாவது மந்திர சக்தியாலா' என்று சீதா பிராட்டி கேட்க அனுமன் தொழுத கையுடன் விஸ்வரூபம் எடுத்து நின்றான். தன் வர பலத்தினால் விரும்பிய வடிவு எடுக்கும் வல்லமையுடையவன் என்பதைச் செயலால் காட்டி நின்றான். அவனது பாதத்தையே சீதை காண முடியாததால் அஞ்சி, இவ்வுருவை ஒடுக்குவாயாக என்று வேண்டிக் கொண்டாள். அனுமனும் 'தங்கள் திருவுளப்படியே ஆகட்டும்' என்று ஒடுங்கி, பழைய படி எளிய உரு எடுத்தான். பிராட்டி இப்போது அனுமனின் ஆற்றலையும் செயல்திறனையும் அறிவுக் கூர்மையையும் கண்டு, உணர்ந்ததால் மனம் தெளிவாகி அவனைப் புகழ்ந்து பேசலானாள்:

'உன்னுடைய பெருமைக்கு ஏற்புடையதாக இருக்கவேண்டுமேயானால் இந்த இலங்கை ஏழு கடல்களுக்கு அப்பால் அல்லவா இருந்திருக்க வேண்டும்? ஏழு கடல்களையும் எளிதில் கடக்கவல்ல உனக்கு இந்த ஒரு கடலைக் கடந்தது சிறப்பன்று. இராமபிரானுடைய கருணையும், கீர்த்தியும் பல ஊழிக்காலம் நிலை பெறச் செய்வதற்கு நீ ஒருவனே தகுதியுடையவன் ஆனாய். அரக்கர் கூட்டத்தின் அளவைப் பார்த்து மலைத்து, இராமபிரானுக்குத் தம்பியான இலட்சுமணன் தவிர வேறோர் துணையில்லையே என்று குறைப்பட்ட எனக்கு இப்போது அக்கவலை நீங்கியது. இனிமேல் நான் மாண்டாலும் பழுது ஒன்றுமில்லை. இன்றே நான்

இச்சிறையிலிருந்து மீண்டது' போலாகிவிட்டேன். என்னைத் துன்புறுத்திய அரக்கர்களை வேரோடும் அழியச் செய்தவள் ஆனேன். இனி புகழேயன்றி, பழியடைய மாட்டேன்.'

பிராட்டி இங்ஙனம் தன் ஒருவனை மிக மதித்ததும் நம்பியதும் அனுமனுக்கு மகிழ்ச்சியானதே என்றாலும், அவை இரண்டையும் இன்னும் அதிகமாக்கவும் இராமன் வந்து சிறை மீட்கும் வரை சீதை நம்பிக்கையோடும் உயிரோடும் இருக்க வேண்டும் என்ற உள்ளுணர்வால் அனுமன் உடனே பிராட்டியை வணங்கி, 'தாயே! அளவிட முடியாத வானரப் படைத் தலைவர்கள் இராமபிரானின் தொண்டர்கள் ஆவார்கள். அவ்வானரர்களின் கூட்டத்தில் நான் ஒருவன் ஆவேன்.

வேகமும், குறி தவறாது காரியத்தை முடிக்கும் ஆற்றலும் நிரம்பிய இராம பாணத்தைப் போலவே இராமனுக்கு உதவிடும் படைத்தலைவர்கள் பலர் உள்ளனர். நான் போய் இறங்கியதும் உங்களுக்கு நிகழ்ந்துள்ள இத்துன்பத்தைச் சிறிதளவு கோடி காட்டினால் போதும். இராவணன், அவன் உறவினர் கூட்டம், இலங்கை நகர் என்று அரக்கர்களின் வர்க்கத்தையே குரங்கின் கைப் பூமாலையாக ஆக்கிவிட மாட்டார்களா என்ன?' என்று பிராட்டியை வணங்கி நின்றான்.

சூடிக் கொடுத்த சூடாமணி

தோள் மீது தூக்கிப் போகிறேன்!

வானரப் படையின் அளவு மிகுதியையும், அவர்களின் வரம்பற்ற ஆற்றலையும் பேசிக் கொண்டே வந்த அனுமனுக்கு இப்போது சிந்தனையில் ஒரு பொறி தட்டியது.

5

இராவணன், சுற்றத்தார், அவன் நகரம் என்று அரக்கர் கூட்டத்தையே, இராம பிரான் இவன் போய்ச் சொன்ன மாத்திரத்தில் வந்து அழித்துச் சீதையைச் சிறை மீட்கப் போவது நிச்சயம்தான், ஆனால் அதற்குப் பல நாள்கள் பிடிக்குமே. படைகள் இங்கு வர, கடலைக் கடக்க, முறைப்படி போர் தொடங்க என்று இப்படி நாள்கள் பல கழியும். இவ்வளவு துன்பத்துக்கும் ஆளாகியுள்ள பிராட்டி இனியும் துயரப் பட

வேண்டுமா? துயரத்தை இன்னும் பல நாள்கள் படத்தான் வேண்டுமா? பிராட்டியை இராமபிரானிடம் இப்போதே சேர்த்துவிட்டால், அழியப் போகும் அரக்கர்களை இன்னும் பல மடங்கு வேகத்துடன் வந்து இராம - இலட்சுமணரும், வானரப் படைகளும் அழித்து விடமாட்டார்களே என்று எண்ண ஓட்டம் செல்லவும், மிகவும் தயங்கித் தயங்கி தான் எண்ணுவதை மிக மிக மெதுவாகச் சொல்லத் தொடங்கினான்.

சீதையைத் தான் இங்கிருந்து எடுத்துக் கொண்டுபோய் இராம பிரானிடம் சேர்க்கப் போவதாகக் கூறினாலும், சூடுண்ட பூனையாகையால், இதுவும் இராவணன் செயல் போலல்லவா உள்ளது என்று சந்தேகப்படுவாளோ? இராமனின் கட்டளை சீதையைக் கண்டு வரச் சொல்லியதுதானே தவிர தன்னைக் கொண்டுவரச் சொல்லவில்லையே என்று அனுமனுக்கு அறிவு எடுத்துச் சொன்னால் என்ன செய்வது? பலமான பீடிகையுடன் சொல்ல ஆரம்பித்தான்.

'தாங்கள் என் தோளின் மீது எழுந்தருளிச் செய்க. அதோடு உங்கள் துயரங்கள் ஒழிந்துவிடும். ஒரு இமைப் பொழுதில் உங்களை உங்கள் நாயகர் இராமபிரான் தங்கியுள்ள மலையில் கொண்டு போய்ச் சேர்த்து அவர் திருவடிகளை வணங்கு வேன்' என்று தான் செய்யக் கருதும் செயலை, படீரென்று போட்டு உடைத்துவிட்டு, பிறகு அம் முடிவுக்கான காரண காரியங்களை விவரித்தான்.

'இராமபிரான் இராவணனை வென்று வாகை சூடுவதும், அறம் வெல்லும் என்பதும் சர்வ நிச்சயமானாலும், தங்களைத் தன் தோல்வி பயத்தால் இராவணன் கொன்று விடுவானே. அதன்பிறகு அவனை வென்று என்ன பிரயோஜனம்? இராவ ணன் தங்கள் திருமேனியைத் தீண்டாது பர்ணசாலையோடும் பேர்த்து எடுத்துக் கொண்டு வந்தது போல இலங்கையோடு என்னை எடுத்துக் கொண்டு செல் என்று தாங்கள் கட்டளை யிட்டால், இந்த இலங்கை நகரத்தையே கடலினின்று பேர்த்தெடுத்து என் வலக்கையில் வைத்துக் கொண்டு போய் இராமபிரானின் திருவடியில் வைத்து வணங்குவேன். என்னால் இது ஒன்றும் ஆகாத காரியமன்று.

இல்லை , இல்லை, அது வேண்டாம்; இந்த இலங்கையையே கணப்பொழுதில் எரித்துச் சாம்பலாக்கி அரக்கர்களைப் பூண் டோடு அழித்துவிட்டு என்னைப் பிரானிடம் சேர்ப்பாயாக என்றே தாங்கள் கட்டளையிட்டால் அப்படியே செய்கிறேன். தங்களோடு இராமபிரானிடம் சென்று தங்களைச் சேர்ப்பித்து, அவருடைய மனத்துயரத்தை நீக்கி, அதனால் ஏற்படும் உத் சாகத்தால் இங்கு தங்களுடனேயே வந்து அரக்கர்களை அழிப் பது அதிகப் பயனைத் தருவதாகவும் எளியதாகவும் அமையும் என்பது என் தாழ்மையான விண்ணப்பம்.

என்னுடைய தோள்களில் பகைவர்களால் விளைந்த புண்கள் ஏதுமில்லாமல் இராம பிரானிடம் சென்று அரக்கர்களுடைய வலிமையை வெறுமனே எடுத்துச் செல்லும் வாய்ச் சொல் வீர னாக அவர் முன் நிற்பேனா? பிராட்டியைக் கண்டும் கொண்டு வர முடியாதது என் உயிரைக் காப்பாற்றிக் கொள்வதற்கே என்று என் கையாலாகாத்தனத்தைப் பறைசாற்றுவேனா? இதற்கு மேல் எனக்கு ஒன்றும் சொல்லத் தோன்றவில்லை. தங்கள் கட்டளையால் தங்களைக் கொண்டு செல்லும் இந்தப் பாக்கியத்தை அருள் செய்தருள்க. ஆகவே அடியேன் தோள் மீது ஏறி அமர்ந்தருளுங்கள்' என்று அனுமன் பிராட்டியிடம் சொல்லி அவள் திருவடிகளைத் தொழுது நின்றான்.

சொல்லா? வில்லா?

அனுமனைத் தாய்மைக்கே உரிய கருணையுடன் நோக்கி னாள். ஆனால் அவள் மனத்திரையில் எண்ணங்கள் வேகமாக ஓடின. அனுமனுடைய யோசனையை ஏற்பதில் அவளுக்குச் சில தர்ம சங்கடங்கள் உள்ளன. ஆனால் அனுமனின் அன் புணர்ச்சியின் வெளிப்பாடான வேண்டுகோளை நிராகரித்தால் அந்த அடியவனின் மனம் சங்கடப்படக்கூடும். இப்போது என்ன செய்வது? பிராட்டி மிக அழகாக சிக்கலை தன் மென் மையான பதிலால் விடுவித்தாள். எடுத்த எடுப்பிலேயே அடித்துச் சொன்னாள்: 'நீ கூறிய யாவையும் உன்னால் முடி யாததன்று. உன் வலிமைக்கு ஏற்றதையே சொன்னாய். நீ செய்தும் முடிப்பாய் என்பதில் சந்தேகமில்லை' என்று அனுமன் பீடிகையாய்ச் சொன்ன 'கோபித்துக் கொள்ள வேண்டாம்' என்ற

வேண்டுதலுக்கு மறு மொழியாய்த் தனக்கு அவன் இப்படிச் சொன்ன யோசனையால் கோபம் ஏதுமில்லை என்பதைத் தெளிவாக்கினாள்.

பிறகு தான் அதை ஏற்பதால் ஏற்படக்கூடிய தர்ம சங்கடங் களைப் பட்டியலிட்டாள்.

' அனுமனே, நீ வேறு துணையின்றி ஒருவனாய் இருப்பதால், இடைவழியில் அரக்கரை எதிர்த்து அழித்தலும் அதேசமயம் என்னை இடை யூறின்றிக் காத்தலும் ஒருங்கே செய்ய முடி யாமல் தடுமாறக்கூடும். நீ செல்லும் போது கடலின் மத்தியில் அரக்கர்கள் உன்னைப் பின் தொடர்ந்து வந்து வளைத்துக் கொண்டு போர் செய்ய நேரிடும்போது, நம் இருவருக்குமே அது இடையூறாகும்.

இராவணன் என்னைப் பிறர்க்குத் தெரியாதவாறு, போரிடாது, வஞ்சனையால் எடுத்து வந்தது போல நீயும் பிறர் அறியாது இங்கிருந்து என்னை எடுத்துச் செல்லுதல் நீயும் அதே வஞ் சனைத் தொழிலை மேற் கொண்டதாகாதா? என்னை வஞ் சித்த நாய்களின் வஞ்சனையை நீயும் நினைக்கலாமோ? அது மட்டுமா? இராமபிரானுக்கு 'தன் பொருளைத் தானே மீட்கும் வல்லமை இல்லாதவன்' என்ற பழியை அல்லவா உண்டாக்கி விடும்? இவ்வாறான பழியை உன் தலைவருக்குத் தொண் டனான நீ ஏற்படுத்துதல் உனக்குத் தகுதியன்று.

இனி நிகழப் போகும் போரில் என் நாயகன் இராமபிரானின் வில் தொழில் வல்லமையை ஆகாயத்திலிருந்து காண்கின்ற தேவர்கள் எல்லோரும் பார்த்துக் கொண்டிருக்கையில், எனக்குத் தீங்கிழைத்த இராவணனின் தலைகள் இராம பிரானது அம்புகளால் அறுந்துக் கீழே விழ, என் உடலை வேட்கையோடு கண்ட அந்த அரக்கனின் கண்களைக் காக்கை கள் குத்தித் தின்றாலன்றி என் மனத் துயர் தணிந்து மனநிறைவு பெறுவேனோ?

பிறருக்குத் துன்பஞ் செய்வதையே தொழிலாகக் கொண்ட இவ்வரக்கர்கள் வாழும் இலங்கையை மட்டுமென்ன, கணக் கில்லாத எல்லா உலகங்களையும் என் சாபச் சொற்களால்

சுட்டு எரித்து அழித்திருப்பேன்; என் சொல்லை விட என் நாயகனின் வில் அல்லவோ பெரியது? சொல்லாலேயே சுட லாம். ஆனால் அது இராமபிரானுடைய கோதண்டத்தின் வில்லாண்மைக்குக் குறைவுண்டாக்கும்; தன் வில் தொழில் காட்டிப் போரிட்டு வென்று தன் மனைவியைச் சிறை மீட்க வில்லை என்ற அவமானத்தை இராமபிரானுக்கு ஏற்படுத்தி விடும் என்பதால், அச் செயலைச் செய்யும் எண்ணத்தையே அப்புறம் வீசி எறிந்து விட்டேன்.

இன்னுமொன்றும் உள்ளது; அதையும் நீ கேட்கவேண்டும். இராமபிரானின் திருமேனியைத் தவிர, ஐம்பொறிகளையும் அடக்கி ஆண்டிருந்தாலும், ஆண்மகன் என்று உலகம் சொல்லும் உன்னையும் தீண்டி உன் தோளின் மீதேறுதல் தகாதது.

நீசனான இராவணன் என்னைத் தீண்டியிருப்பானேயானால் அவன் உயிர் இவ்வளவுநாள் உடம்பில் பொருந்தி யிருக்குமோ? தொட்ட அக்கணமே இறந்து அழிந்து விடு வோம் என்று எண்ணித்தானே நான் இருந்த நிலத்தோடும் பெயர்த்து எடுத்துக் கொண்டு வந்தான்?

'பஞ்சவடியிலிருந்து அன்று இராவணன் பெயர்த்து எடுத்துக் கொண்டு வந்து என்னை வைத்திருக்கும் இவ்விடம் இலட்சுமணன் அமைத்த பர்ணசாலையாகும். அனுமனே! அதனை நீயே உண்மையைக் கண்டறிய வல்ல உன் கண் களால் பார்ப்பாயாக!'

'ஒருபோதும் நான் இந்தப் பர்ணசாலையை விட்டு எங்கும் செல்வதில்லை; சிற்சில சமயங்களில் உயிர் அழியாதிருக்கும் பொருட்டு நீர் பருகுவதற்கும் இளைப்பாறுவதற்கும் இக் குளத்துக்கு மாத்திரம் வருவதுண்டு.'

'ஆகையால், நான் உன்னுடன் வருவது தக்கதன்று - இனி நீ இராமபிரானிடம் திரும்பிப் போவதே தக்கது' என்று சீதா பிராட்டி எடுத்துச் சொன்ன விளக்கத்தை ஏற்ற அனுமனுக்கு அவள்மீது பெரும் மதிப்பு ஏற்பட்டது.

'இன்னும் சில நாள்களில் இராம - இலட்சுமணன் இங்குவந்து அரக்கர்களை அழித்து, இராவணனால் அழிப்புக்குள்ளான அறத்தை நிலை நிறுத்துவார்கள்; அதுவரை தாங்கள் பொறுமை மிகக் கொண்டு உயிரைப் போக்கிக் கொள்ளாது இனிதிருக்க வேண்டும். உங்கள் பிரிவால் வாடும் இராமபிரானிடத்து நான் போய் சொல்லக்கூடிய சேதிகளைச் சொல்லியருளுக' என்ற வணங்கி நின்றான்.

ஒரு மாதமே உயிரோடிருப்பேன்!

'அனுமனே! நான் இன்னும் ஒரு மாத காலம்தான் உயிரைப் பிடித்துக் கொண்டிருப்பேன்; பிறகு உயிரை விட்டுவிடுவேன். இராமபிரான் மேல் ஆணை. முதலில் இந்த விஷயத்தை நீ மனதில் வாங்கிக் கொள்.'

அனுமன் இதைக் கேட்டதுமே கலங்கினான்; அனுமன் தடுத்திராவிட்டால் இந்நேரம் தான் உயிர் துறந்திருப்போம், இப்போது அவள் இருக்குமிடம், வழி எல்லாம் அனுமன் மூலம் இராமபிரானை எட்டும் என்பதால் அவன் தன்னை விரைவில் வந்து மீட்க நாள் கணக்கைக் கெடுவாக முதலிலேயே ஆணையாகச் சொன்னாள். ஒரு பெண்ணின் மனக் குமுறல் வெடிக்க ஆரம்பித்தது. உலகையே கலக்கி வெல்லும் ஆற்றல் படைத்த இராமபிரான், மனைவியாகிய தன்னைச் சிறை மீட்க இவ்வளவு நாளாகத் தாமதித்தது வருத்தமாக இருந்து, கோபமாகவே மாறி தன் நாயகனின் கடமைகளை மிகத் தெளிவாக அனுமனிடம் எடுத்துக் காட்டினாள்:

'என் நாயகன், அம்மி மிதித்து அருந்ததி பார்த்து, அவர் கைப்பிடித்த தாரம் என்று என்னை இவ்வளவு நாள் மீட்டிருக்க வேணும்; அது தான் போகட்டும், தன்னையே நம்பி வந்த ஒருத்தி அரக்கர் நெருக்க இத்தனை மாதங்கள் சிறையில் துயர்ப்படுகிறாளே என்ற அண்டினவரைக் காக்க உறுதி பூண்ட கருணையினாலாவது மீட்டிருக்க வேண்டும்; எல்லாவற்றையும் விட 'தன் மனைவியைக் காப்பாற்ற வலிமையற்று மாற்றான் சிறையில் விட்டு வைத்திருக்கிறாரே என்று உலகம் ஏசுமே' என்று தன் மானத்தைக் காப்பாற்றிக் கொள்ளவாவது

தன் வீரத்தை வெளிப்படுத்திச் சிறை மீட்க வேண்டும் என்று நான் வேண்டியதாக அவரிடம் வேண்டிக் கொள்வாயாக.'

அடுத்து இலட்சுமணனுக்கு ஒரு சேதி சொல்கிறாள். இராம பிரான் என் வேண்டுகோளால் மானின் பின்னே சென்றபோது இளைய பெருமாளை என்னைக் காக்கும்படி விட்டுச் சென்றார். அவர் காவலிலிருந்தபோது தான், சிறைப்பட நேர்ந் ததால், என்னைச் சிறையிலிருந்து காப்பாற்றி விடுவிக்கும் பெரும் பொறுப்பு அவர் செய்துவந்த காத்தல் தொழிலுக்குரிய கடமை என்று எடுத்துச் சொல்வாயாக.

இராப்பகலாய் ஊண் உறக்கமின்றி என் நாயகனையே எந்நேர மும் நினைத்து நினைத்து உருகி, எனக்கேற்பட்டுள்ள இத் துன்பத்தைப் பொறுத்துக் கொண்டு இங்கே நான் என்னை மாய்த்துக் கொள்ளாது மனத்தவம் பூண்டிருப்பது இன்னும் ஒரு மாத காலத்தில் முடிந்துவிடும்; அப்படி ஒரு வேளை அதற்குள் இராமபிரான் வராமல் போவாரேயானால், அவரை எனக்கு கங்கையாற்றங்கரையில் எள்ளும் தண்ணீரும் இறைத்துச் செய்ய வேண்டிய கடன்களை ஆற்றும்படி சொல்வாயாக.

ஐயா அனுமனே! நான் மதித்துப் போற்றும் என் மாமிமார் மூவருக்கும் அங்கே சிறையில் செத்து மடிந்து கொண்டிருக்கும் சீதை உங்களை வணங்கித் தொழுதாள் என்ற சேதியை மறக்காமல் சொல்ல வேண்டும்.

என்னைக் கைத்தலம்பற்றி மணம் செய்து கொண்டநாளில் என் நாயகன் 'இந்த இப்பிறவியில் உன்னையன்றி இன்னொரு பெண்ணை மனதாலும் தொடமாட்டேன்' என்று அவராக எனக்களித்த வரத்தை அவர் திருச் செவிகளில் நீ சொல்வாயாக' என்று சொல்லிய பிராட்டி இன்னும் ஒரு படி மேலே போய், தான் அடுத்த பிறவியிலும் அவரையன்றி வேறு ஒருவரையும் தீண்ட மாட்டேன் என்பதை நன்கு உறைக்கும்படிச் சொன்னாள். 'அவரால் மீட்கப் படாமல் இங்கேயே இப்பிறவியை நான் போக்கிக் கொள்ள நேர்ந்தாலும், இப்பூவுலகில் அடுத்த பிறவி எடுத்து வந்து பிறந்து அவரையே

மணந்து கொள்ளும்படிக்கு ஓர் வரம் தரும்படி நான் தொழுது வேண்டிக் கொண்டேன் என்று என் விண்ணப்பத்தைச் சேர்ப்பிப்பாயாக.'

ஒரு சாதாரணப் பெண்ணைப் போல, எல்லா மனைவிமாரும் ஆசைப்படுவது போல, சீதையும் தன் கணவன் சீரிய சிம்மா சனத் திருந்து அரசாள்வதையும், யானை மீது உலாப் போவதையும், அவனை முன்னிலை கொண்டு நிகழும் விழாக்களில் அவன் கோலங்களைக் கண்டு களிக்கும்படியான விதியற்ற தன் நிலைக்குத் தன்னைத் தானே நொந்து கொண்டாள். அதற்கான பல காரணங்களையும் ஏழைப் பெண்ணைப் போல அவளே கற்பித்துக் கொண்டாள். தன் வன வாசத்தால் ஏங்கிய கோசல மக்களின் வருத்தத்தையும், தன்னைப் பிரிந்த பெற்ற தாயின் துன்பத்தையும், பரதன் அங்கு பொறுமையுடன் ஆற்றி வரும் துயர நோயையும் துடைக்க அயோத்திக்கு உடனே போகாமல் நான் ஒருத்தி படும் துன்பத்தைப் பொருட்படுத்தி இராமபிரான் இங்கு வருவானா என்ன?

என் தந்தையார், தாயார் மற்றும் சுற்றத்தாருக்கும் என் வணக்கத்தைத் தெரிவிப்பாயாக. உங்கள் வானர மன்னன் சுக்கிரீவனிடம் 'இராமபிரானைப் பின்தொடர்ந்து அயோத்திக்குச் சென்று அவருக்கு முடிசூட்டி அரசனாகச் செய்வாயாக' என்று நான் வேண்டியதாகத் தெரிவிப்பாயாக.'

இவ்வாறு எல்லாம் தன் மனக் குமுறல்களை வெளிப்படுத்திய பிராட்டியிடம் அனுமன் 'தாயே! தாங்கள் இன்னமும் துயரிலிருந்து விடுபடவில்லை' என்று மேலும் அவளைத் தெளிவிக்க ஆறுதல் கூறத் தொடங்கினான்.

'நல்லோரைக் கொன்று நிற்கும் அரக்கர்களை அழிக்காமல் நான் கோசல நாட்டிற்குத் திரும்ப மாட்டேன் என்று வாக்கு கொடுத்த இராமபிரானுக்குத் தாங்கள் கூறியவை பொருந்துமா? முன்பே மூவுலகங்களையும் அழிக்கும் அளவு கோபங்கொண்டு எழுந்த இராமபிரான், உங்கள் நிலையை அறிந்த பின்பும் பொறுமையைக் கடைப்பிடிப்பானா? ஒரு பொற்கொல்லன் கரித்துண்டுகளைச் சுற்றிலும் பரப்பி நடுவில்

நெருப்பை வைத்து அதன் மீது பொன்னை வைத்து ஊது குழலால் ஊதி ஊதி நெருப்பால் சுற்றிலுமுள்ள கரித்துண்டு களை எரித்துப் பொன்னை உருக்குவதைப் போல், இராம பிரான் அரக்கர்களாகிய கரித்துண்டுகளின் இடையில் சீதை என்ற நெருப்பான தங்களை வைத்து, தன் வில்லாகிய ஊது குழலால் அம்புகளான காற்றைச் செலுத்தி இலங்கை எனும் பொன்னை உருகும்படி செய்யப் போவதைத் தாங்கள் காணத் தான் போகிறீர்கள்.

தாங்கள் இன்னமும் ஒரு மாத காலம் துயரத் தோடு இங்கு இருக்கப் போவதாக எண்ண வேண்டாம். நான் போனதும் இராமபிரானைக் காண வேண்டியதுதான் பாக்கி, அதற்குப் பிறகு காலம் போவது தெரியுமா என்ன?

இராமபிரான் உயிர் அவனுடன் இருக்கிறதென்று பெயர் அளவுக்குத்தான் சொல்ல முடியும். உங்களைப் பிரிந்ததனால் அவனுள் பிரிவென்னும் அக்னி மூண்டெழுந்து நிற்க, அவன் திருமேனியில் படும் பூக்கள், தளிர்கள் கூட கருகிப் போகின்றன. தாங்கள் இராமபிரானுக்கும் சுக்கிரீவற்கும் சொல்லி அனுப்பிய செய்திகளைக் கேட்டு அவர்கள் மகிழ்வதற்கு முன்பே, இக் கடலையே தூர்க்கும் அளவிலான மாபெரும் குரங்குக் கூட்டம் இந்த இலங்கையைச் சுற்றி வளைத்து முற்றுகையிட்டு ஆரவாரம் செய்வதைக் கேட்டு மகிழ்ச்சி அடையப் போகிறீர்கள். அப்படி கணக்கற்ற வானரப் படை வரும்போது அதன் நடுவே கருடன் மேல் எழுந்தருளும் திரு மாலைப் போல இராமபிரான் என் நெடிய தோள்களின் மீதும், இளைய பெருமாள் அங்கதனின் தோள்களின் மீதும் வரக் காண்பீர்கள் என்று பிராட்டியின் கலக்கம் முற்றும் தெளியும் வண்ணம் ஆணித்தரமாக அடித்துப் பேசினான் அனுமன்.

சூடாமணியும், சில சேதிகளும்...

அனுமன் கூறியவற்றைக் கேட்ட பிராட்டியின் மனம் நம் பிக்கையுடன் தெளிவடைந்தது. அவன் இராமபிரானிடம் எவ் வளவு விரைவில் செல்கிறானோ, அவ்வளவு சீக்கிரத்தில் தனக்கு விடிவு காலம் பிறக்கும் என எண்ணி அவனுக்கு

விடை கொடுக்கும் வகையில் சில அடையாளச் செய்தி களைச் சொன்னாள்.

'முன்பொரு நாள் வனவாசத்தின் போது சித்திரகூடத்திலே இருக்கையில் காகம் ஒன்று வந்து நகத்தினால் என் மார்பைத் தீண்டியதால் அதனைக் கோபித்து, அருகில் கல்லினிடையே முளைத்திருந்த தர்ப்பைப்புல் ஒன்றை எடுத்து, வல்ல வனுக்குப் புல்லும் ஆயுதமாம் என்ற மொழிக்கேற்ப, அதில் பிரம்மாஸ்திரத்தை அமைத்து ஏவி விட்டதை ஓர் அடையாளச் சேதியாகச் சொல்வாயாக.'

'ஒரு முறை நான் அன்போடு வளர்த்து வந்த கிளிக்கு யார் பெயரைச் சூட்ட என்று கேட்டபோது என் தாயாரும் குற்ற மற்ற கேகய மன்னன் மகளுமான கைகேயியின் பெயரை வைப்பாயாக என்று சொன்னதும் ஓர் அடையாளமாகும்.'

என்று சொன்னவன் தான் இரலைமலையின் மீது விமானத் தில் இராவணனால் கொண்டு சொல்லப் படும் போது, தன்னுடைய ஆபரணங்களை எல்லாம் துணியில் முடிந்து கீழே போட்டபோது, தன் தலையில் சூடிக் கொள்ளும் சூடா மணியை மாத்திரம் எடுத்து, 'இது சமயத்தில் உபயோகப் படும்' என்ற எண்ணத்துடன் தனியே ஒரு துணியில் முடிந்து பத்திரமாக வைத்திருந்தாள். அதை எடுத்து இப்போது அனு மனிடம் கொடுத்து அதனை இராமபிரானிடம் அடையாள மாகச் சமர்ப்பிக்கும்படி வேண்டிக் கொண்டாள். சீதையைத் தொழுது வணங்கி பாதுகாப்பாக அதனைத் தன் ஆடையில் பத்திரப்படுத்திக் கொண்டான். கண்களில் நீர் மல்க, மூன்று முறை பிராட்டியை வலம் வந்து வணங்கினான். பிராட்டியும் அவனுக்கு ஆசி கூறினாள்.

அசோகவனம் அழிந்தது!

6

அனுமன் இட்ட அடையாளம்

அனுமான் தான் வந்த வழியே திரும்பச் செல்ல ஏதுவாக வடக்கு முகமாக விரைந்து செல்ல நினைத் தான். வந்த காரியம் முடிந்தது; இராமபிரான் ஆணையின்படி தன் தலைவன் சுக்கிரீவன் இட்ட பணி யான சீதை இருக்குமிடத்தைக் கண்டு பிடித்து அடையாளம் கொடுத்து, அவளிடமிருந்து அடையாளமும் சேதிகளும் பெற்றாயிற்று. வந்த வழியே திரும்பிச் செல்ல வேண்டி யதுதான் என்று யோசித்துக் கொண்டே வந்த அனுமனுக்குத் திடீரென ஒரு சிந்தனை தோன்றியது.

இராமபிரான் சொல்லிய சேதிகளை யும் கொடுத்த அடையாளத்தையும்

உரியவரிடம் சேர்த்துவிட்டு, சேர்த்ததற்கான அடையாளத் தையும் பெற்றாகிவிட்டது. அதனை இராமபிரானிடம் கொடுத் தால் இப்பணி நிறைவுறும். ஆனால் அதற்கு, தான் எதற்கு?

அளப்பரிய ஆற்றலும் அறிவும் உடைய தானும் அப்படியே போனால், இராவணனுக்குத் தான் வந்து போனதே தெரியா மல் போய்விடும். சீதையை அவள் விதித்த அந்த ஒரு மாதக் காலக் கெடுவுக்குள் அவளைச் சந்தித்து இம்சை செய்வான்; அவள் மனத்துயரை அதிகப்படுத்துவான். இராவணனுக்கு மட்டும் தெரிந்தால்கூட போதாது. இலங்கைக்கே, அரக்கர் குலம் முழுவதற்குமே அனுமன் வந்து சென்றதும், இராமனின் ஆற்றலும் தெரிய வரவேண்டும். ஒரு குரங்கு வந்ததற்கே இந்த விளைவானால், மற்ற குரங்குப் படையும் இராமனும் வந்தால் என்ன நடக்கும் என்று கதிகலங்கச் செய்ய வேண்டும் என்ற எண்ணத்தை அங்கே விதைக்கும்படியான ஒரு அடையாளச் செயலைச் செய்து முடித்துத் திரும்புவதே உசிதம், அப்படி அல்லாமல் வந்த வேலையாகிய பிராட்டியைக் கண்டு போவ தாகிய சிறு தொழிலை மட்டும் முடித்துக் கொண்டு திரும்பிப் போவது தன் தகுதிக்கும் குறைவு என்று உணர்ந்தான்.

இப்படி உணர்ந்த அனுமனுக்கு, அதற்கான ஒரே செயல் அரக்கர்களைக் கொஞ்சமாவது துவம்சம் செய்ய வேண்டும். அப்படிச் செய்தால்தான் இராவணன் வெளிப்படுவான்; தான் அவனைச் சந்திக்க வழி பிறக்கும். அவனிடத்தும் இராம பிரானின் ஆற்றலைச் சொல்லி அவனை அச்சுறுத்தலாம் என்று அனுமன் சிந்தித்தான்.

அரக்கர்களை உடனடியாகப் போருக்குத் தூண்டும் வழி இந்த அசோக வனமாகிய சோலையை உடனே அழிப்பது, அழிவைக் கண்ட அவர்கள் தன்னை எதிர்த்துப் போர் புரிய வருவார்கள் என்று வழியையும் தேர்ந்தெடுத்தான்.

குரங்கின் அட்டகாசம்!

திட்டத்தைச் செயற்படுத்த ஆரம்பித்தான். முன்பொரு காலத் தில் இரணியாட்சகன் உலகைச் சுருட்டிக் கொண்டு சென்ற போது உலகைத் தன் பற்களில் குத்தி மீட்டு வந்த வராக மூர்த்தி

போன்று, அனுமன் இப்போது விஸ்வரூபமெடுத்து நின்றான். மரங்களடர்ந்த வனத்தைத் தன் கால்களால் தாக்கி அழிக்கத் தொடங்கினான். சில மரங்கள் முறிந்தன. சில பிளந்தன. சில வேரோடும் பிடுங்கி எறியப்பட்டன. சில சுழற்றி எறியப் பட்டன. யுக முடிவில் உதிரும் விண்மீன்களைப் போல அவை ஒன்றோடொன்று மோதிக் கீழே உதிர்ந்தன. ஆகா யத்தில் தூக்கி எறியப்பட்ட பெரிய பெரிய மரங்கள் அரக் கர்களின் மாளிகைகள் மீது பேரிடி போல் விழ, அவை நொறுங்கின.

மலர்களும் பறவைகளும் நிறைந்த அப்பெரிய மரங்கள் அப்படி வானில் வீசப்பட்டபோது, ஆகாயத்தில் எல்லாப் பக்கங் களிலும் விமானங்கள் போவது போல் தோன்றியது. சோலைக்கு அழகூட்டிய மணிகளால் அமைந்த மேடைகள் தகர்ந்தன. மண்டபங்கள் தூள் தூளாயின. தடாகங்கள் தூர்ந்தன. பறவைகள் பெரும் கூச்சலிட்டுக் கொண்டு அங்கு மிங்கும் ஓடின. வண்டுக் கூட்டங்கள் பெரும் ரீங்காரத்துடன் கடலில் போய் விழுந்தன. மிகப் பெரிய மரங்களையும், குன்றுகளையும் அவை பிளவுபடும்படி ஓங்கி வீசி எறிந்ததால் அருகிலிருந்த மாடமாளிகைகள் சாம்பலாகிப் பெரும் புகை யாக மேலெழுந்தது; சில நெருப்புப்பற்றி எரிந்தன. யானை கட்டும் இடங்கள், குதிரை லாயங்கள், ஆடல் அரங்குகள், அரக்கர்கள் மதுபானம் அருந்தும் கூடங்கள், தேர்ச் சாலைகள் என்று எல்லாமும் அழிந்தன.

இவையெல்லாம் நிகழ்ந்து கொண்டிருக்க, அனுமன் இட்ட மந்திரத்தால் உறங்கிக் கிடந்த அரக்கியர்கள் விழித்து எழுந்து அசோக வனம் அலங்கோலமாகக் காட்சியளிப்பதையும், பெருவடித்தோடு ஒரு குரங்கு நிற்பதையும் கண்டதும் அச் சமும் வியப்பும் ஒருங்கே கொண்டு பிராட்டியைப் பார்த்து ‘என்ன இங்கே நடக்கிறது? இது யாரென்று தெரியுமா?’ என்று கேட்டனர்.

இதுவும் உங்கள் சூழ்ச்சியாக இருக்கலாம். இது மாதிரித்தான் முன்பு மாய மானாக வந்த மாரீசனை இளைய பெருமாள் ‘அரக்கர் செய்த மாயம்’ என்று கூறியும் அதை நம்பாது

உண்மையான மான் என்று நம்பி இந்தக் கதிக்கு ஆளாகி யுள்ளேன்' என்று பிராட்டி பதில் கூறினாள். இதைக் கேட்ட அரக்கியர்கள் வயிற்றில் அடித்துக் கொண்டு அலறி ஓட ஆரம்பித்தனர்.

அனுமன் அப்போது அங்கிருந்த ஓமம், வேள்வி புரியும் மண்ட பத்தைக் கண்டான். மண்டபம் வானளாவ உயர்ந்திருந்தது. யாரும் முழுமையாகக் கண்ணால் காண இயலாத அளவு பிரும்மாண்டமானது. தூண்கள் எல்லாம் ரத்தினங்களாலும் சுற்றுச் சுவரெல்லாம் செம்பொன்னாலும் மணிகளாலும், முத்துக்களாலும் செய்யப்பட்டது. அம்மண்டபத்தை தன் கை களால் தரையிலிருந்து பெயர்த்து எடுத்த அனுமன், இலங்கை மேல் வீசி எறிய, பல மாடங்கள் தகர்ந்து தவிடுபொடியாகச் சிதறின.

அசோக வனமாகிய பெருஞ்சோலையை இராவணன் ஆணைக்குட்பட்டு இளவேனில், முதுவேனில், கார், கூதிர், முன் பனி, பின் பனி என்ற ஆறு பருவங்களுக்குமுரிய பருவத்தேவர்கள், பாதுகாத்து வந்தனர். அனுமன் உண்டாக் கிய இந்த சிதறிய இடிபாடுகளால் பருவத்தேவர்கள் தாக்கப் பட்டு இரத்தம் பெருக்கெடுத்து ஓடும் உடம்போடு கதறிக் கொண்டு இராவணனிடம் சேதி சொல்ல ஓடினர். அவன் காலடியில் விழுந்து 'அசோக வனத்தை எங்களால் காக்க முடி யாது, ஒரு பெரிய குரங்கு சின்னாபின்னமாக அழித்துக் கொண் டிருக்கிறது. நெருப்பு பற்றிய பஞ்சு போல் அசோகவனம் அழிந்து கொண்டிருக்கிறது. அந்தக் குரங்கு செய்யும் அட்ட காசத்தை நாங்கள் சொல்லிக் காட்ட முடியாது. தன் கால் களாலும் கைகளாலும் தூளாக்குகிறது. வேள்வி மண்ட பத்தையே அடிவேரோடு பிடுங்கி வீசி எறிந்து விட்டது' என்று ஓலமிட்டனர்.

அதைக் கேட்ட இராவணன் சிரித்து 'ஒரு குரங்கு மரங்க ளடர்ந்த சோலையைத் தூளாகும்படி அழித்து விட்டதாம்; அரக்கர்கள் காவலில் உள்ள வேள்வி மண்டபத்தை வேரொடு பிடுங்கி, இலங்கையைச் சிதைத்து விட்டதாம். நல்ல

வேடிக்கை! அறிவில்லாத மூடர்கள் கூட இப்படி ஒரு பேச்சை என் எதிரில் சொல்ல மாட்டார்கள்' என்று ஏளனம் செய்தான்.

பருவத் தேவர்கள் அதனை முழுதும் காதில் போட்டுக் கொள்ளாமல் தொடர்ந்து, 'குரங்கா அது? மும்மூர்த்திகளில் ஒருவரே குரங்கின் வடிவு கொண்டு வந்துள்ளாரென்று சொல்லலாம்; அக்குரங்கு இனியும் செய்யப் போகும் அழிவை நீங்கள் பார்த்தால் தான் நம்புவீர்கள்' என்றனர்.

அப்போது அனுமன் பூமண்டலமும் வான மண்டலமும் கிழியும்படியும், சூல் கொண்ட அரக்கியர்கள் தம் வயிற்றிலுள்ள கருச் சிதைந்து தளர்ந்து கலங்கும்படியும், இந்த உலக உருண்டையே வெடித்துப் பிளவுப்படும் அளவுக்குப் பெரிய கூக்குரலிட்டு ஆரவாரம் செய்தான்.

கிங்கர அரக்கர்கள்

7

இராவணன் அனுப்பிய முதல் படை

பெரிய மலைக்குகைகளைத் தாக்கும் இடி முழக்கம் போலவும், பிரளய காலத்தில் அச்சமுண்டாகும்படி வரும் கடலின் பேரலை போலவும், சிவதனுசு ஒடித்தபோது உண்டான பேரோசை போலவும், மணிமகுடம் தாங்கிய இராவணனது பத்துத் தலை களும் குலுங்கும்படி அனுமனது அந்தக் கர்ஜனை சென்று தாக்கியது.

ஒரு குரங்கின் கூப்பாடா இது என்ற அவன் முகத்தில் ஒரு ஏளனச் சிரிப்பு தோன்றியது; எல்லையிலா ஆற்றல் பொருந்தியவர்களும், கிங்கரர் என்று அழைக்கப்படும், சுயமாக யோசிக் கும் திறனற்ற - சொன்னதைக் கச்சிதம்

ஆகச் செய்து முடிக்கும் அடியாட்களும் ஆன, பெரும் போர் விளைவிக்கும் உடல் ஆற்றல் உடைய அரக்க கிங்கர வீரர் களை இராவணன் கூவியழைத்து, 'ஆகாய மார்க்கமாகவும் தப்பிப் போக வழியில்லாமல் தடைசெய்து, அக்குரங்கை உயி ரோடு விரைவில் பிடித்துக் கொண்டு வாருங்கள்' என்று கட்டளையிட்டான்.

சக்கராயுதம், உலக்கை, கதாயுதம், வாள், பரிகம் எனும் இரும்பு வளைத்தடி, சம்மட்டி, எறியீட்டிகள், வேல், சூலம், வஜ்ராயுதம், ஈட்டி, வில், அம்பு, என்ற பல வகை வகையான ஆயுதங்களுடன் கிங்கர வீரர்கள் போருக்குப் புறப்பட்டனர்.

அசோக வனத்தை அழித்து, வேள்வி மண்டபத்தையும் பறித்து ஒரு குரங்கு எறிவதாவது, நன்றாகயிருக்கிறது நம் வல்லமை என்று சொல்லிக் கொண்டே, இதைவிட அரக்கர் குலத்துக்கு ஏது இழிவு என்ற கோபம் பொங்கியெழ ஒருவரை ஒருவர் முந்தி அடித்துக் கொண்டு அசோக வனத்தை நோக்கிச் சென்றனர் கிங்கரர்கள்.

பேரிகைகளின் முழக்கம், வில்லில் நாண் ஏற்றும் ஆரவாரம், வீரக் குழல்களின் ஒலி, சங்குகளின் முழக்கம் இவையெல்லாம் மேலோங்க பெரும் ஒலிப் பிரளயத்தை உண்டு பண்ணிக் கொண்டே சென்றனர். குபேரனுடைய பெரும் புகழ் மிக்க அழகிய அளகாபுரி பட்டணத்தையே தகர்த்து அழித்து வென்ற வர்களான கிங்கரர்கள் 'மலைகளைக் காலால் இடறித் தள்ளுங்கள்' என்றோ, 'கடல் நீரை வாரிக் குடியுங்கள்' என்றோ, 'சூரியனையே வானத்திலிருந்து விழும்படி தள்ளுங் கள்' என்றோ, 'மேகங்களைப் பிழிந்து நீரை வற்றச் செய்யுங் கள்' என்றோ, 'பூமியைத் பெயர்த்தெடுங்கள்' என்றோ - எதைச் சொன்னாலும் ஒருவரே தனியே அதனைச் செய்து முடிக்கும் வல்லமை உடையவர்கள்.

அடித்தே கொன்றான்

அசோகவனத்தைச் சுற்றி வளைத்துக் கொண்டு முன்னேறி அனுமனைக் கண்டனர். 'இவன்தான் விடாதே பிடி' 'இதோ

இவன்தான் அடி' 'இதோ இவன்தான் மடக்கு' என்று ஒவ் வொருவரும் அவனைக் கண்டதும் கண்டபடி ஒலியெழுப்பிக் கொண்டு போரிடத் தொடங்கினர். அனுமனோ தான் பறித்து வீசி எறிந்த மரங்களில் ஒன்றைக் கையில் எடுத்துக் கொண்டு, அதனால் கிங்கரர்களை ஓங்கி அடித்தான். அவர்கள் அவன் மீது வீசிய ஆயுதங்களை எல்லாம் கையால் பிடித்து அவர்கள் மீதே திரும்ப அடித்தான். பல வீரர்களைப் பற்றி இழுத்து அவர்கள் கைகளையும், தோள்களையும் பிடுங்கி எறிந்தான். பலரைத் தன் வாலினால் பற்றி இறுக்கி பம்பரம் போல் சுற்றி எறிந்தான். அரக்கர்கள் பலர் மார்பு நெறிந்து, பலர் வயிறு பிதுங்கி, பலர் முதுகொடிந்து, பலர் தொடைகள் இற்றுப் போய், ஆங்காங்கு குவியலாய்க் கிடந்தனர். சிலர் விதை களைத் தெளித்தது போல் வீசப்பட்டுக் கிடந்தனர். அனுமனின் கால்களால் பலர், பெரிய கைகளால் பலர், குத்துப்பட்டதால் பலர், பற்றிப் பிடித்ததால் பலர், மரங்களால் தாக்கப்பட்டதால் பலர், மோதிய தோள்களால் பலர், என்று பலர் பலராக இறந்து வீழ்ந்தனர். காற்றாடி போல் அங்குமிங்கும் ஓடித் திரிந்த அனுமன் பலரைப் ஓடிப் பிடித்துக் கொன்றான். வேறு பலரை ஒருவர் உடல் மற்றவரோடு மோதுமாறு செய்து கொன்றான். பலரைக் கொடி மரங்களால் அடித்தே சாய்த்தான்.

எங்கு பார்த்தாலும் ஒரே உடல்கள் மயம்தான்; மரங்களில், மதில்களில், நாற்சந்தியில், கடலில், சோலைகளில், ஊரின் நடு இடங்களில் என்று எங்கு பார்த்தாலும் அரக்கர்களின் உடல்கள் சிதறிக் கிடந்தன.

அம்புகள் எய்யப் பட்டதாலும், ஈட்டிகள் வேல்கள் குத்திய தாலும், அனுமனின் புயங்களில் அளவிட முடியாத விழுப் புண்கள் விளங்கின. அரக்கர்களுடைய போர் முழக்கத்தின் ஒலியைக் காட்டிலும் தேவர்கள் அனுமனைப் புகழ்ந்து ஆர வாரம் செய்த போராலியே மிகுந்திருந்தது.

கிங்கரர் அனைவரும் 'ஏய்' என்று சொல்லும் நேரத்தில் மடிந் தனர். அது கண்ட, அசோக வனக் காவலர்கள் விழுந்தடித்துக் கொண்டு இராவணனிடம் போய் வாய்திறந்து சொல்ல முடி

யாமல் வாயடைத்துத் திணறி, கைச் சைகையால் தெரியப் படுத்தினர். அவர்கள் படும் அவஸ்தையைப் பார்த்த இராவணன் கிங்கரர்களின் தோல்வியை அறிந்தான். நெருப்பு உமிழ சினங் கொண்ட இராவணன் 'கிங்கரர்கள் இறந்து போனார்களா? அல்லது என் ஆணையை மீறிப் போர் செய்வதை விடுத்து ஓடினார்களா? தோல்வியுற்ற அவமானத்தால் என்னையும் குடும்பங்களையும் மறந்து போனார்களா? என்ன நேர்ந்தது?' என்று அதட்டினான்.

'கிங்கரர்கள் போரில் அஞ்சவுமில்லை; வருந்தி ஓடிப் போகவுமில்லை. அந்தக் குரங்கினால், யாவரும் மொத்தமாக அழிந்தனர்' என்று பதில் தந்தனர்.

இராவணன் சினம் மேலும் அதிகரிக்க அவர்களைப் பார்த்துக் கேட்டான்: 'குரங்கு நம் கிங்கரர்களைக் கொன்றது என்ற செய்தியை நீங்கள் பிறா சொல்லக் கேட்டீர்களா அல்லது நேரிலேயே கண்டீர்களா? உண்மையைச் சொல்லுங்கள்' என்றான்.

காவலர்கள் நடுங்கிக் கொண்டே 'நாங்கள் ஒரு புறம் மறைந்திருந்து நேரில் பார்த்தோம். கடல் போன்ற அரக்கர் சேனையை வட்டமாகச் சுற்றிச் சுற்றித் திரிந்து ஒரு பெரிய மரத்தைக் கொண்டு அடித்து அக்குரங்கு அவர்களைக் கொன்றது. இத்தோடு அவ்விடத்தை விட்டுப் போகாது போல் இருக்கிறது' என்று சொன்னார்கள்.

8

செத்தான் சம்புமாலி!

கயிற்றிலே கட்டி வா!

முகமும் விழிகளும் சிவக்க இராவணன் திரும்பி அருகே நின்ற மற்ற அரக்கர்களைப் பார்த்த போது, அங்கே கூப்பிய கையனாய் நின்று கொண்டிருந்த சம்புமாலி என்பவனைப் பார்த்து 'குதிரைப் படையுடன் போய் அந்தக் குரங்கைவளைத்துக் கயிற்றிலே கட்டி என்முன் கொண்டு நிறுத்து' என்று ஆணையிட்டான்.

சம்புமாலி உடனே இராவணனை வணங்கி 'அளவற்ற அரக்கர்கள் முன்னிலையில் என்னைக் குறிப்பிட்டு இப்பணி தந்ததற்காகப் பெருமைப் படுகிறேன்.' என்று கூறிப் புறப் பட்டான்.

சம்புமாலி போருக்குப் புறப்பட்டான். அந்தச் சேனை வீரர் களோ வகை வகையான ஆயுதங்களோடு, பல்வகை வாத் தியங்கள் ஒலிக்க, சங்குகள் முழங்க, குதிரைகள் கனைக்க, தேர்ச் சக்கரங்கள் பெரும் ஒலி கிளப்ப, யானைகள் பிளிறி அலற அசோக வனத்தை நோக்கிப் புறப்பட்டனர்.

அசோக வனத்திலிருந்த அனுமனோ வேறு அரக்கர்கள் யாரும் போருக்குத் தொடர்ந்து வரவில்லையே என்று அவர்கள் வரும் வழியைப் பார்த்துக் கொண்டு தோரண வாயிலின் மீதேறி நின்றிருந்தான். அப்போது அங்கு வந்தடைந்த சம்புமாலி சேனைகளை அணிவகுத்து தன் இருபுறமும், முன்னும் வரிசை வரிசையாய் விரைந்து செல்ல ஏவித் தானும் தன் தேரைச் செலுத்தினான்.

ஒன்றே படை! ஒருவனே அனுமன்!

சம்புமாலியின் பல் வகைப் படைகளை எதிர்த்துப் போரிட அனுமன் தான் ஒருவனே ஒரு படையைப் போல எதிர் கொண்டான். அனுமன் மீது ஆயுதங்களைப் பிரயோகித்தனர். அனுமனோ தன்னை நோக்கி வந்த ஆயுதங்களை எல்லாம் தன் கைகளால் கடலில் போய் விழும்படி அடித்தும், முறித்தும், சிதறும்படிச் செய்தான். கீழே கிடந்த எழு ஆயுதமாகிய ஒரு இரும்புத் தடியைக் கண்டெடுத்தான். தோரண வாயிலி லிருந்து கீழ் இறங்கி அங்குமிங்கும் திரிந்து திரிந்து போர் புரிந்தான். அனுமனை நன்கு தெரிந்து கொள்ளாது பரவி நின்றவர்களையும், திரண்டிருந்தவர்களையும், ஒதுங்கி நின்ற வர்களையும் அவன் அந்த ஆயுதத்தால் அடித்துத் தள்ளினான். தன் மேல் எறியப்பட்ட ஆயுதங்களைத் தன் இடக் கையால் அனுமன் தடுத்து அழித்தான். தன் வலக்கையால் போர் செய்து யானைகளை முறிபட்டு இறக்கச் செய்தான்; தேர்களைச் சிதைத்தான்; குதிரைக் கூட்டங்கள் மடங்கி விழுந்து அழிந்தன.

குதிரைகளைக் கொண்டே குதிரைகளைத் தரையில் வீழ்த்திக் கொன்றான்; வீரர்கள் சிலரை எடுத்து விட்டெறிந்து பிறரை அழித்தான்; வரிசையாய் நின்ற தேர்ப்படைகளைத் தேர்களை எடுத்தெறிந்து தூளாக்கினான்.

எப்படிக் காற்றாடி ஒன்று சுழன்று சுழன்று சுழலுமோ அப்படி - 'அவ்வளவு வேகமாக அனுமன் அங்கிங்கெனாதபடி எங்கும்' விரைந்து சென்று போரிட்டான். அனுமன் ஒருவனாக நின்று அவனே ஒரு படையைப் போல போரிட்டான்.

தலை தனியே வீழ்ந்தது!

அதனால் அத்தனை படைகளும் அழிய சம்புமாலி மட்டுமே எஞ்சி நின்றான். உடலெங்கும் புண்களால் பொலிந்து நின்ற அனுமன் சம்புமாலியைப் பார்த்து 'உன்னிடம் இருப்பது ஒரு ஆயுதம், ஒரு தேர் மட்டுமே. தனியனான உன்னை அழித்தல் நீதி அன்று. நிச்சயம் இறந்து போவாய். போரிடாது நீ போய் விடு' என்றான்.

அவனோ 'என்னை எளிதில் போரில் கொல்லப்படும் ஒருவன் என்றா நினைத்தாய்! உன் கருணை நன்று, நன்று' என்று கூறி தன் வில்லிலிருந்து ஒன்று, பத்து, நூறு, ஆயிரம் என்றவாறு அம்புகளை அனுமன் மீது செலுத்தினான்.

அம்புகள் அனைத்தையும் காற்றினால் சிதறி அழியும் மழைத் துளிகள் போல தன் கையிலிருந்த ஆயுதத்தால் சிதறிப்போக அடித்தான் அனுமன். பின்னர் சம்புமாலியின் தேருக்குள் குதித்தான். அவன் வில்லைக் கையில் பற்றி இழுத்துப் பறித் தான். அதனை வளைத்து, வில்லின் நாணுக்குள் ஒரு வளை யம் உண்டாகுமாறு செய்து, அந்த வளையத்தை சம்புமாலி யின் கழுத்தில் மாட்டி, வில்லை வளைத்திருந்த பிடியைத் தளர்ந்த, நாண் மீட்சி அடைந்து கழுத்தை அப்படியே துண்டிக்கத் தரையில் தலை சரிந்து வீழ்ந்தது.

அனுமன் தேரிலிருந்து குதித்து தேரும் குதிரைகளும் குழம் பாகப் போக மிதித்து மீண்டும் தோரண வாயிலின் மீது ஏறி நின்றான். அஞ்சி ஓடிய காவலர்கள், சேதி தெரிவிக்க இராவணன் அரண்மனையை நோக்கி ஓடி 'சம்புமாலியும் அழிந்தான்' என்று கூறினர். கோபக்கனல் தலைக்கேறிய இராவணன் உடனே 'நானே சென்று அக்குரங்கைப் பிடிப் பேன்' என்று எழுந்தான்.

பஞ்ச சேனாபதிகள் படை!

9

அற்பக் குரங்கும்
ஐந்து தளபதிகளும்...

கிங்கரர்களைத் தொடர்ந்து சம்புமாலியும் அனுமனால் கொல்லப்பட, தானே அக் குரங்கைப் பிடிப்பதாக எழுந்த இராவணனைச் சேனைத் தலைவர் ஐவரும் தடுத்து நிறுத்தினர்.

'ஓர் அற்பக் குரங்கை எதிர்த்து நீங்கள் போர் செய்யச் சென்றால் வலிமையான கருடன் ஒரு கொசுவோடு போர் செய்யப் புறப்பட்டது போலாகும். உங்கள் வல்லமையைக் கண்டு அல்லும் பகலும் அச்சத்தால் குலுங்கி நடுங்கிக் கொண்டிருக்கும் கயிலாய மலை இனிக் கவலை நீங்கும். ஒரு குரங்கின் மீது போர் தொடுத்தால்,

அதில் உங்களுக்கு என்ன பெருமை? அதைவிடச் சிறுமை யான செயல் ஒன்று உண்டோ? இது நாள் வரை உங்களை எதிர்த்தால் அழிவு நிச்சயம் என்று ஒதுங்கியிருந்த மும் மூர்த்திகளும் இப்போது உங்கள் செயலால் சிரிக்க மாட்டார்களா? வலிமையற்றவர்களை முன்னர் போருக்கு அனுப்பினீர்கள். இனி ஒரு நல்லதைக் காண விரும்பினால் எங்களைப் போருக்கு அனுப்புக' என்று தொழுது வேண் டினர். இராவணனும் உடன்பட்டான்.

பஞ்ச சேனாபதிகள் தம் நெற்றித் திலகம் தரையில் பட இராவ ணனை வணங்கிப் புறப்பட்டனர். எண்ணற்ற தேர்கள், யானைகள், குதிரைகள் ஆகியவற்றோடு சிறந்த போர் வீரர் களைக் கொண்ட சேனைகளுக்கு அழைப்பு விடுத்தனர்.

காற்றைப் போன்ற கடுவேகம் கொண்ட குதிரைப்படை, வல்லமை மிக்க காலாட் படைவீரர்கள் கூப்பிடக் கூப்பிட வந்து சேர்ந்த படையின் கூட்டம் சஞ்சாரம் செய்யக் கூட இட மின்றிக் கூடிக் கொண்டே போனது. அப்படித் திரண்ட வீரர் களை அவர்களுடைய மனைவிமார், மக்கள், தாய்மார், சுற்றத் தாரும் தடுத்து 'அந்தக் குரங்கோடு யுத்தம் செய்யச் சென்ற யாரும் திரும்பி வரவில்லை; போகாதீர்கள்' என்றனர். ஆனால் அவ்வீரர்கள் அதைக் கேட்காமல் பிடிவாதமாகப் போருக்குச் சென்றனர்.

பஞ்சசேனாபதிகளோ இந்திரனின் வஜ்ராயுதம், வருணனின் பாசாயுதம், எமனுடைய தண்டாயுதம், சிவபெருமானின் சூலாயுதம் என்ற இவைகளில் ஒன்றுகூட ஊசி குத்துகிற அள வான ஒரு வடுவையேனும் செய்ய மாட்டாத வலுவான தோள்களை உடையவர்கள்.

பெருங்கடல்கள் பொங்கி எழுந்து கொந்தளிக்கும் போதும் கூடச் சிறிதும் அச்சமில்லாமல் சஞ்சரிக்கும் மன வலிமை யுடையவர்கள்.

பஞ்சசேனாபதிகளின் அளவிலா ஆற்றலையும் படைப் பெருக் கத்தையும் அனுமனின் தனிமை நிலைமையையும் கண்ட வானவர்கள் இரக்கமும், வருத்தமும் எய்தினார்கள்.

ஆனால் கற்றுணர்ந்த அனுமனோ 'இப்பகல் பொழுதுக்குள் இவர்கள் அழிவார்கள்' என்று அப்படைகளைச் சுற்று முற்றும் பார்த்து, தன் தோளையும் நோக்கினான். தோரண வாயில் மீது நின்றிருந்த அனுமன் இப்போது பேருருவம் எடுத்து ஆகாய மளவு உயர்ந்து நின்றான்.

பேருருவம் எடுத்தவனை வியந்து பார்த்த அரக்கர்கள் தம் வில்லிலிருந்து அம்புகளை அவன் மீது எய்தனர். சங்குகள் ஒலிக்க, முரசங்கள் முழங்கின. அனுமன் மீது எய்த அம்புகள் அவன் அதை ஆனந்தமாகக் கண் மூடிக் கொண்டு அனுப விப்பது போன்று இருந்தான். கோபம்கொண்ட வீரர்களும், வந்து மோதிய குதிரைகளும், தன்னைத் தடுத்த தேர்களும், யானைகளும் கீழே விழுந்து புரளும்படி அனுமன் கொன்று தீர்த்தான்.

யானைகளின் கொம்புகளைப் பறித்து பெரிய தேர்கள் மீது அடிப்பான்; அப்படி அழிந்த தேர்களின் சக்கரங்களால், எதிர்ந்த வீரர்களைக் கீழே விழுந்து அழியச் செய்வான்.

அழித்தான்! சோம்பல் முறித்தான்!

தேவர்கள் மகிழ, இலங்கை நகரமே அழும் ஓசை எங்கும் கேட்டது. அதைக் கண்ட பஞ்ச சேனாபதிகள் தாமே அனும னோடு போர் புரியப் புறப்பட்டனர்.

மேலும் மேலும் அவ்வாறு எய்த கொடிய அம்புகள் எல்லாம் தன்னை அடையாமல், எளிதில் அழிந்து ஒழிந்து ஓடும்படித் தன் கைகளால் தட்டி அழித்து, அங்கிருந்த தேர்மேல் அமைந் திருந்த ஓர் எந்திர விமானம் போன்ற விசைப் பொறியை அழித்தான் அனுமன்.

அவ்விமான விசைப் பொறி அழியுமுன்பே தேரிலிருந்து மேலே உயர்ந்து எழுந்தான் பஞ்சசேனாபதிகளில் ஒருவன். ஆகாயத்திலிருந்தபடியே அனுமனை எதிர்த்தான். அனுமன் அரக்கனின் உயிரைக் கொன்றான்.

எஞ்சிய நான்கு சேனாபதிகளும் சினம்கொண்டு தம் வில்லி லிருந்து அம்புகளை அனுமன் மீது பொழிந்தனர். அனுமனின் தோள்களிலிருந்து இரத்த வெள்ளம் ஒழுகியது.

அவர்கள் மேலும் மேலும் அவன் மீது அம்புகளை எய்ய, அவை அவன் மார்பில் அழுந்தி நிற்க, அதனால் சினங் கொண்ட அனுமன் அந்நால்வரில் ஒருவனைத் தேரோடு வானில் வீசி எறிந்தான். அத்தேர் ஆகாயத்தில் ஓடி கீழே விழுமுன்பே பூமியில் குதித்த அரக்கன் மேல் பாய்ந்து குதித்து, பெரிய மலை போன்ற அரக்கனுடைய உடம்பு சிதைந்து இரத்தக் குழம்பாகும்படி துவைத்துக் கொன்றான்.

இப்போது மீதமிருந்த மூவரும் அனுமன் மீது அம்புகளை எய்தனர். அனுமன் இரண்டு தேர்களைத் தன் கைகளால் எடுத்துக் கொண்டு மேலே எழுந்தான். அவ்விரு அரக்கர்களும் ஆகாயத்தில் விரைந்தனர். அனுமன் அவர்களுடைய வில்களை தன் கைகளால் ஒடித்து சின்னாபின்னப் படுத் தினான். ஆயுதங்கள் இல்லாததால் அவர்கள் அனுமனுடன் ஆகாயத்திலேயே மற்போர் செய்தனர். அவர்களுடைய கால் களோடு தோள்களையும் வாலினால் இறுக்கிக் கட்டி முறித் தான். அவர்கள் இறந்து வீழ்ந்தனர். ஐந்து பேரில் எஞ்சியிருந்த ஒருத்தன் தலைமேல், அனுமன் குதித்தான். அவன் நிலத்தின் மீது அழுந்தி இறந்திட்டான்.

அங்கு போரிடாமல் மறைந்திருந்து பிழைத்த அரக்கர்கள், பஞ்சசேனாபதிகள் அழிந்த சேதியை இராவணனிடம் சொல்ல விரைந்து ஓடினர். 'பஞ்ச சேனாபதிகள் இறந்தனர். போரில் எவரும் மீளவில்லை. நாங்களும் உயிரோடிருப்பது போரிடாததால்தான். இனி போரிட எவரும் வருவார்களா என காத்துக் கொண்டிருக்கிறது அக்குரங்கு' என்றனர்.

அக்ககுமாரன் அழிந்தான்!

10

குரங்கு இனத்தையே கொல்வேன்!

படைத் தலைவர்கள் ஐவரும் கணக்கற்ற படைவீரர்களும் ஒரு குரங்கால் அழிந்தனர் என்பது கேட்ட இராவணன் ஆத்திரம் அதிகமாகி கோபம் கிளர்ந்து எழ தானே போருக்குப் புறப் பட்டான். அப்போது அவனுக்கும் மண்டோதரிக்கும் பிறந்த மகனாகிய அக்க குமாரன் தந்தையைத் தடுத்துத் தன்னைப் போருக்குச் அனுப்பும்படி வேண்டினான்.

'தந்தையே! தாங்கள் போரிடப் புறப் படுவது முக்கண்ணனான சிவபெருமானின் ஊர்தியாகிய ரிஷபத்தோடா? அல்லது மூன்றடியால் உலகளந்த

திருமாலின் ஊர்தியாகிய கருடனுடா? அல்லது அவன் துயில் கொள்ளும் ஆதிசேஷனுடா? அல்லது எட்டுத் திக்குகளையும் தாங்கும் திக்கஜங்களுடனா? இல்லையே! உங்கள் ஆற்றலுக்குப் பொருந்தாத அற்பக் குரங்கொன்றுடன் போரிடப் புறப்படுவது சிறுமை அல்லவா?'

முன்பொருமுறை இந்திரனை இங்கே கொண்டுவர என்னைப் அனுப்பாமல் அண்ணன் மேகநாதனை அனுப்பியதை எண்ணி வருத்தப்பட்டேன். அதைத் தீர்த்து வைக்கும் வகையில் இந்தக் குரங்கையாவது கொண்டு வருவதை எனக்குத் தரக்கூடாதா?'

துண்டாகிய தூணிலிருந்து தோன்றிய நரசிங்கமாயினும், தன் கோரப் பல்லிலே இந்தப் பூமியையே தூக்கி வந்த பன்றியே யாயினும் என்னுடன் மல்லுக்கு நிற்க முடியாது. அப்படியிருக்க இந்தக் குரங்கு இவ்வண்டத்தையே கடந்து அப்பால் போனாலும் பிடித்துக் கொண்டுவந்து உங்கள் முன் நிறுத்தாவிட்டால் நீங்கள் என்னைத் தண்டியுங்கள்.'

அக்ககுமாரனின் வீரத்தை நன்கு அறிந்த இராவணன் அதைக் கேட்டு மகிழ்ந்து அவனை விரைந்தோடும் குதிரைகள் பூட்டிய தேரில் செல்லச் சொல்ல அவனும் புறப்பட்டான். இந்திரன் முன்பு விட்டுச் சென்ற இருநூறு குதிரைகள் பூட்டப்பட்ட தேரில் ஏறினான். அரக்கர்கள் வாழ்த்த, முரச வாத்தியங்கள் முழங்கின. யுக முடிவில் நிலை பெயர்ந்து பொங்கி வரும் கடலைப் போல அவனைத் தொடர்ந்த படைகள் மேலும் மேலும் பெருகின. கடலில் உள்ள சுறா மீன்களை எண்ணக் கூடுமானால், அக்ககுமாரனுடன் போருக்கு எழுந்த யானைகளை எண்ணிக்கணக்கிடலாம்; கடலில் உள்ள மற்ற மீன்களை எண்ணக் கூடுமானால், ரதங்களை எண்ணி விடலாம்; கடலால் ஒதுக்கப்பட்ட மணலை எண்ணக் கூடுமானால், படைவீரர் எண்ணிக்கையை அறியலாம்; கடலின் அலை வரிசைகளை எண்ணக் கூடுமானால், குதிரைகளை எண்ணி விடலாம்.

அக்ககுமாரனின் உயிர்த் தோழர்களான பன்னிரண்டாயிரம் அரச குமாரர்கள் தேர்களில் ஏறி அவனைச் சுற்றிச்

சென்றார்கள். மந்திராலோசகர்களின் புதல்வர், அமைச்சர்களின் புதல்வர், படைத் தலைவர்களின் புதல்வர், தேவ லோகப் பெண்களிடம் இராவணனுக்குப் பிறந்து அரக்கரானவர்கள் ஆகிய நான்கு லட்சம் வீரர்கள் எந்திரம் பொருந்திய தேரில் ஏறி அவனைச் சூழ்ந்து சென்றனர்.

அக்க குமாரன் வருவதைக் கண்ட அனுமன் அவனை இந்திரஜித்தோ இராவணனோ என்று மகிழ்ச்சியால் தன் தோள்களை நோக்கி அவற்றுக்கு வாழ்த்துக்கூறி இராமபிரானை மனத்தால் நினைத்து வணங்கினான். தன் எண்ணம் நிறைவேறப்போகிறது என்று சொல்லிக் கொண்டான். நெருங்கி வந்ததும் பத்துத் தலைகளைக் காணததால் இராவணன் அல்ல; இந்திரனை ஜெயித்த இந்திரஜித்தும் அல்ல; யாவர்க்கும் மேம்பட்ட வீரனாகத் தெரியும் இவன் யாரோ என்று எண்ணினான்.

அப்போது அக்ககுமாரனும் தோரண வாயில் மீது நின்ற அனுமனைப் பார்த்து இந்தக் குரங்கா அத்தனை அரக்கர் படையையே வென்றது என்று எண்ணிச் சிரித்தான். அதைக்கண்ட அவனுடைய தேர்ப்பாகன் 'ஐயா! அற்பக் குரங்கு என்று இதன் உருவத்தைக் கண்டு இகழ வேண்டாம். முன்பு நம் மன்னனான இராவணனை எதிர்த்த வாலி என்பவனும் ஒரு குரங்குதானே? உலகில் நடைபெறும் செயல்கள் இத்தன்மை வாய்ந்தது என்று துணிந்து கூற முடியுமா? இதனை மனதிற் கொண்டு மேற்கொண்டு செல்வாயாக' என்றான்.

அதைக் கேட்டதும் கோபம் அதிகமாகி 'நம்மிடத்துக்கு வந்து கேடு விளைவித்த இந்தக் குரங்கைக் கொல்வதோடு, மூவுலங்களிலும் புகுந்து, விடாது தேடி குரங்கு என்று சொல்லும் கருவில் உருக் கொண்ட கருவையும் அழித்து விடுவேன்' என்று சபதம் இட்டான் அக்ககுமாரன்.

அரைத்து தேய்த்து அழித்தான்!

அரக்கப் படைகள் அனுமன் மீது படை மாரி செய்ததுபோல் ஆயுதங்களால் பொழிந்து அனுமனைப் போர்த்தினர். அனுமன்

மேனியை முட்டிய ஆயுதங்கள் முறிந்தன. இலங்கையே தன் தோற்றத்தில் மாறிவிட்ட மாதிரி எண்ணற்ற வீரர்களின் உடல்கள் நொறுங்கி நிரம்பின. காய்ந்த புல்வெளியில் பற்றிப் பரவும் நெருப்புப் போன்று அனுமனால் கொல்லப்பட்ட அரக்கர்கள் உடல்கள் பரவின.

போருக்கு வந்து போரிடுபவர், வந்து கொண்டிருப்பவர், வர இருப்பவர் என அரக்கர் படை அளவு மீற மீற அனுமனின் ஆற்றலும் முன்னைவிடப் பல மடங்கு அதிகரித்தது. இலங்கையின் உயிர்கள் எல்லாம் எமனுக்கே உரிமை எனச் சொல்லும்படி அனுமன் அரக்கர்களைக் கொன்று குவித்தான். அனுமனால் கொல்லப்பட்டவர்களின் இரத்தவெள்ளம் ஆறாய்ப் பெருகிட, அதனால் நிலமே சேறாக, யானைகளும், தேர்களும், குதிரைகளும் அதில் மிதந்து கடலில் சென்று சேர்ந்தன.

இப்படியாகத் தனித்துவிடப் பட்ட அக்ககுமாரன் அனுமன் எதிரே நின்று கூரிய அம்புகளை விடலானான். இருவரும் எதிர் எதிர் நின்றதைக் கண்ட வானவர்கள் அனுமனின் நிலை என்னவாகுமோ என அச்சமடைந்து பார்த்துக் கொண்டிருந்தனர்.

நெருப்பை உமிழும் பதினான்கு அம்புகளை அக்க குமாரன் அனுமன் மீது எய்தான். அவனோ தன் கையிலிருந்து இரும்புத் தண்டினால் அவை பூமியிலே விழும்படி செய்தான். அதைக் கண்ட அக்க குமாரன் அந்த ஆயுதமே பொடியாய்ச் சிதறும்படி கூரிய அம்புகளைப் பிரயோகித்தான். வேறு ஆயுதம் இல்லாத அனுமன் தன் கைகளையே போர் புரியும் படைக்கலமாகக் கொண்டு எதிரில் நின்ற அக்க குமாரனின் தேரினுள் பாய்ந்து ஏறினான். ஏறியதும் தேர்ப் பாகனைக் கொல்ல தேர் தரையில் விழுந்தது; குதிரைகள் இறந்தன. அப்போதும் அவன் தன் வில்லிலிருந்து தொடர்ந்து அம்புகளை எய்ய, அனுமன் அந்த வில்லையே தன் கைகளால் பற்றிப் பிடித்துக் கொண்டான்; அக்க

குமாரன் அதனைத் தன் இரு கைகளாலும் பற்றி இழுக்க, வில் இற்று ஒடிந்தது.

உடனே அக்ககுமாரன் தன் உடைவாளை உருவி அனுமனைக் குத்தத் தொடங்கினான்; அனுமனோ தன் கையால் அவ்வாளையும் பற்றிப் பறித்து அது பொடிப்பொடியாகும்படி ஒடித்து வீசினான். வாளும் இழந்த அக்க குமாரன் இனி மற்போர் செய்வதே நல்லதென அனுமனிடம் நெருங்கித் தழுவி போரிட முயல, அனுமன் தன் வாலால் அக்ககுமாரன் உடலை எல்லாப் பக்கமும் சுற்றிப் பிடித்து, அவன் மேல் ஏறி அமர்ந்தான். அவன் கன்னத்தில் ஓங்கிக் குத்த பற்கள் உதிர்ந்து உதிரம் வழிந்தது. வயிற்றிலும் குத்த குடல்கள் பிதுங்கிச் சரிந்தன; பிடரியை ஒரு கையால் பிடித்துக் கொண்டு மற்றொரு கையால் குத்தியபடியே அவனுடலில் ஒரு குதி குதித்தான்.

வெள்ளமாகப் பெருகி ஓடும் இரத்தமே நீராகவும், போர்க்களபூமியே அம்மிக் கல்லாகவும், அக்ககுமாரனின் சிந்திய தசைகளே அரைக்க வேண்டிய ஊற வைத்த அரிசிபோல, அவனுடைய உடலே குழவிக் கல்லாகவும் கொண்டு அரைத்துத் தேய்த்து அவனை அழித்தான்.

இதைக்கண்ணால் கண்ட பலர் கண்ட திசைகளில் எல்லாம் ஓடினர்; பலர் அந்தப் பயத்தினாலேயே உயிரை விட்டனர். சிலர் மீனாகத் தம் உருவை மாற்றிக் கொண்டு கடலில் சென்றனர்; சிலர் பசு வடிவம் கொண்டு மேயத் தொடங்கினர்; இன்னும் சிலர் அந்தணர் உருவம் தாங்கினர்; சிலர் அனுமனிடம் 'ஐயா! நின் சரணம்' என்று அடைக்கலம் புகுந்தனர்!

தம் கணவரை இழந்த அரக்க மகளிர் கூந்தல்கள் அவிழ்ந்து தரையில் விழ, வாய்கள் அகலத் திறந்து அரற்றி அழுத ஓசை அண்டம் முழுவதும் பரவியது. அவர்கள் அந்தப் பிணக் குவியல்களிடையே தம் கணவன்மாரின் உடல்களைத் தேடித் தேடி அங்கும் இங்கும் அலைந்தனர்.

அதையெல்லாம் கண்ட பருவத் தேவர்கள் நிகழ்ந்ததைத் தெரிவிக்க விரைந்து ஓடி இராவணன் அடியில் வீழ்ந்து அக்ககு மாரனும், பெரும் படையும் அழிந்ததைத் தெரிவித்தனர்.

செய்தியைக் கேள்விப்பட்டதும் பெற்ற தாயான மண் டோதரி கண்களில் நீர் ஆறாகப் பெருக, கூந்தல் அவிழ்ந்து தரையில் புரண்டோட, ஓடிவந்து இராவணன் அடியில் விழுந்து வயிற்றில் அடித்துக் கொண்டு வாய்விட்டுக் கதறினாள். இலங்கையின் மகளிரும் மற்றுமுள்ளோரும் இராவணனின் பாதத்தில் விழுந்து அழுதனர். காவல் தேவர்கள் உள்ளூர மனம் மகிழ்ந்தாலும், அவர்களும் இராவணன் பாதங்களில் விழுந்து அழுதனர்.

பிரம்மாஸ்திரத்தில் பிடிபட்டான்!

அடுத்ததாக இந்திரஜித்!

தன் தம்பி அக்ககுமாரன் இறந்தான் என்ற வார்த்தை இந்திரஜித்தனின் நெஞ்சைச் சுட, கண்கள் நெருப்பைச் சிந்த கோபம் கொண்டான். தேரில் ஏறிப் போருக்குப் புறப்பட்டான்.

11

இந்திரனை வென்று இலங்கைச் சிறையில் அவனை வைத்ததால் பிரம்மதேவனால் 'இந்திரஜித்' என்றழைக்கப்பட்ட மேகநாதன் தன் தேரில் ஏறி முரசங்கள் இடிமுழக்கம் செய்ய தம்பியை நினைக்கும்போது கண்களில் நீர் தாரையாக வழிய தன் வில்லைப் பார்த்து வாய் இதழை மடித்துக் கோபத்தால் சிரித்தான். 'மரக் கொம்புகளில் தாவி வாழும் ஒரு குரங்கால், வலிமை வாய்ந்த என்

தம்பியா அழிந்தான்? இல்லை. இல்லை. என் தந்தை புகழன்றோ தேய்ந்தது' என்று வருந்தினான். இந்திரஜித் இராவணனின் அரண்மனையுள் நுழைந்தான்.

இராவணனின் பாதங்களில் விழுந்து வணங்கி தன் தம்பியின் மரணத்துக்கு வருந்தினான்; இராவணனும் அவனிரு தோள் களையும் பிடித்துத் தாங்கித் தழுவிக் கொண்டு அழுது சோர்ந் தான். அவனிடம் இந்திரஜித்கூறத் தொடங்கினான்:

'நடந்ததை நினைத்து வருந்தும் நீங்கள் உறுதியான ஒன்றைச் சிந்திக்கவில்லையா? குரங்கின் வலிமையைத் தெரிந்தும் மேலும் மேலும் அரக்க வீரர்களை அனுப்பி அரக்கர் கூட்டத் தையே குறையும்படி அழித்துவிட்டீர்கள். கிங்கரர், சம்புமாலி, பஞ்சசேனாபதிகள் என்ற அரக்கர் தலைவர்களுடன் போருக்குச் சென்றவர்களில் பெரும்பான்மையினர் மீண்டு வரவில்லை என்பதாலேயே அக்குரங்கு சங்கரன், பிரம்மன், திருமால் என்று சொல்லுமளவுக்குத் தகுதியுடையதாகும்.

அது எப்படி இருந்தால் என்ன? அந்தக் குரங்கை நானே பிடித்து வருவேன். நீங்கள் கவலைப் படாமல் இருங்கள்' என்று சொல்லிவிட்டுப் புறப்பட்டான். தேர், யானை, குதிரை, வீரர்கள் என்று அரக்கர் சேனை பிரளய காலக் கடலைப் போல சூழ்ந்துவர, வீரம் என்பதைப் பன்மைப் பொருளில் கொள்வதை நீக்கி, தன் ஒருவனிடத்தே தனித்து உள்ளதாக ஒருமைப் பொருளில் ஆக்கிக் கொண்ட இந்திரஜித் வீரச் செயலைப் புரிந்திருக்கும் அனுமனின் 'போர் ஆற்றல் நன்று' எனப் பாராட்டினான்.

ஆனாலும் அவன் அடிமனதில் ஒரு ஏக்கம் உண்டாயிற்று. இணையற்ற ஆற்றல் நிரம்பிய அரக்க வீரர்கள் மாண்டு போயினர். அவ்வளவு பேரைக் கொன்ற குரங்கு ஒன்று மட்டும் இங்குள்ளது. இப்போது இராமன் இங்கு வந்து போர் தொடங்கினால் எப்படை கொண்டு வெல்லது என்பதே அந்த ஏக்க உணர்வாக நெஞ்சில் நின்றது.

இராவணன் தன்னை முதலிலேயே அனுமனோடு போர் செய்ய அனுப்பாதலால் விளைந்த துயரங்களும், தம்பி

அக்ககுமாரனை இழந்ததால் ஏற்பட்ட துன்பமும் தன்னைத் துன்புறுத்திக் கொண்டிருக்கும் போது, போர்க்களபூமியில் தன் கண்ணுக்கு ஒப்பான வீரர்பலர் தரையில் இறந்து கிடப்பதைக் கண்டதும் ஆறாத புண்ணுக்குள்ளே ஒரு கோலைக் கொண்டு குத்திவிட்டாற்போல மனம் புழுங்கினான்.

அன்று காட்டில் தன் அத்தை சூர்ப்பணகைக்கு நேர்ந்த அவமானமும், கரனுக்கு ஏற்பட்ட மரணமும், தன் தம்பி அழிந்ததும் மானிடர் இருவராலும் குரங்கு ஒன்றாலும் என்பது தன் வீரத்துக்கு அழகாகத் தான் இருக்கிறது என்று நொந்து கொண்டான். அனுமனால் தேய்க்கப்பட்டு உருவம் முழுமையில்லாமல் கிடந்த தம்பி அக்க குமாரனின் உடலைக் காண நேர்ந்தது. கோபம் தலைக்கேற கண்கள் செந்நிறமானது.

சமமான போர்!

போர்க்களத்தில் இந்திரஜித்தைக் கண்ட அனுமன் 'இவன் மட்டும் என்னால் இன்று போரில் இறந்தால் இராவணனுக்கும் அது அழிவாக முடியும். மற்றுள அரக்கர்கள் தாம் இனி அழிவது நிச்சயம் என்று கருதி, சீதையை இராமபிரானிடம் கொண்டு வந்து விடுவர். பகை நீங்கிச் சமாதானமும் ஆவர். இதற்குமுன் சில வீரர்களை நான் வென்றது இவனை இன்று என் எதிரில் கொண்டு வந்து நிறுத்தியுள்ளது. வெற்றியடை யவதோ தோல்வியுறுவதோ இரண்டில் ஒன்று இன்றே நடக்கும்' என்று எண்ணினான்.

அப்போது இந்திரஜித்தனின் நால்வகைப் படைகளும் ஆரவாரம் செய்தன. அனுமனும் ஒரு மரத்தைக் கையிற் பிடுங்கி எடுத்துக் கொண்டான்.

போர் தொடங்கியது. யானைகள் உதைபட்டு உருண்டன; ஒன்றின் மேல் ஒன்றாகப் புதையுண்டன; புரண்டு விழுந்தன; வதையுண்டு விழுந்தன; மறித்து விழுந்தன. தேர்கள் முறிந்து, ஒடிந்து, இடிபட்டு, மோதுண்டு, பொடிப் பொடியாயின; அரக்க வீரர் அனுமனால் பிடியுண்டு, பிளக்கப்பட்டு, தலை உடைபட்டு, கழுத்து இழந்து அடிபட்டு விழுந்தனர். அரக்க

வீரர்கள் அனுமன் மேல் விட்ட அம்புகளும் அவனை ஒன்றும் செய்யாது சரிந்து புகைந்து விழுந்தன.

நால்வகைப் படையும் தரையில் விழ, தான் ஒருவனாகத் தனியே நின்ற இந்திரஜித் 'வாருங்கள் வாருங்கள்' என்றழைத்த அனுமன் எதிரே போர் செய்ய வந்தான். தன் வில்லின் நாண் ஏற்றி அனுமனைப் பார்த்துச் சொன்னான். 'சாமர்த்தியம் நிறைந்தவன் நீ. யாரொடும் போர் புரியும் வல்லமை உடையவன்; ஆனால் உன் வாழ்நாளுக்கு இன்றே முடிவாகும்' என்றான்.

உடனே அனுமன் 'உங்கள் வாழ்நாள்களுக்கு ஓர் எல்லையும், உங்கள் கொடிய செயல்களுக்கு ஓர் எல்லையும் வந்துவிட்டது என்பதால் நான் வந்துள்ளேன். என் தோளாற்றலுக்கு எல்லை இல்லை' என்றான்.

இந்திரஜித் குரங்கின் நம்பிக்கையை அழிப்பேன் என்று எண்ணி வலிய அம்புகளை அனுமன் உடம்பிலிருந்து புதிய ரத்தம் ஒழுகிடுமாறு விட்டான். அனுமன் கொடிய கோபம் கொண்டு விஸ்வரூபமெடுத்தான். அப் பேருருவத்தைக் கண்ட இந்திரஜித்து சிறு பகுதியை அன்றி முழு உருவமும் காணமுடியாதவனாகி வியப்படைந்தான். பேருருவம் எடுத்த அனுமன் தன் கைகளை நீட்டி தன் மீது வீசப்பட்ட அம்புகள் மீண்டு போய் கீழே விழும்படி வீசி, இந்திரஜித்தனின் தேரில் பூட்டியிருந்த பேய்களும், தேர்ப்பாகனும் தரையில் விழும்படி அடித்தான்.

நொடிப் பொழுதில் குதிரைகள் பூட்டிய மற்றொரு தேரை வேறொரு தேர்ப் பாகன் அங்கே கொண்டு வந்து நிறுத்த இந்திரஜித்து அதன் மீது பாய்ந்தேறி அரிய அம்புகளால் அனுமன் மேனியை மறைத்தான். உடனே அனுமன் தன் மேனியை மூடியுள்ள அம்புகளை எல்லாம் கீழே சிந்தி விழும்படி உதறித் தள்ளிவிட்டு, இந்திரஜித்தனின் தேரின் மேல் குதித்து, உலகங்களைப் பலமுறை வென்ற வலிய அவன் வில்லைப் கையால் பற்றிப் பறித்து முறித்து எறிந்தான். இந்திரன் விட்டுச் சென்ற வேறொரு வில்லை கணப் பொழுதில் இந்திரஜித் எடுத்து வளைத்து, ஒரு தொடுப்பிற்கு

நூறு நூறு அம்புகளைக் கொண்ட அம்புப் படையையே எய்தான்; தன் மேனியில் புண்கள் பல உண்டாக அனுமனும் சிறிது தளர்ந்திருந்தான்.

அனுமன் இந்திரஜித்தனின் வில்லை முதலில் முறித்ததைக் கண்டு ஆரவாரம் செய்த தேவர்கள், இப்போது அனுமன் அரக்கனின் அம்புகளால் புண்பட்டு தளர்ந்ததும் துயரப்பட்டுக் கலங்கினார்கள். அவ்வளவுதான்! அதைக் கண்ட அனுமன் அயர்ச்சி நீங்கி, மரம் ஒன்றைக் கையால் பற்றி எடுத்து அந்த அம்புகள் எல்லாம் வரிசை வரிசையாகத் துண்டுபட்டு ஒழியும்படி அந்த மரத்தைச் சுற்றி, மகுடமணிந்த இந்திர ஜித்தனின் தலைமேல் அந்த மரத்தாலேயே ஓங்கி அடித்தான். கனமான அந்தப் பெரிய மரத்தால் தலையில் தாக்குண்டதும், தலையிலிருந்து இரத்தம் அருவியாய் வழிந்து விழ, அயர்ச்சியுற்று உடம்பு நடுங்கி நின்றான். தளர்ச்சியிலிருந்து மீண்டு ஆயிரம் அம்புகளைப் பூட்டி அனுமன் மீது எய்தினான்.

அந்த அம்புகள் எல்லாம் தன் மார்பிலும் கைகளிலும் அழுந்த, இப்படி இவனோடு எவ்வளவு நேரம் போர் செய்வது என்று வெறுப்படைந்த அனுமன் ஒரே வேகமாகப் பாய்ந்து தேரோடு இந்திரஜித்தனைத் தூக்கி எறிந்தான்; தேரோடு ஆகாயத்தில் உயர நெடுந் தொலைவில் போய், புண்களின் மேலே பெருகி வழியும் இரத்தத்தோடு தரையில் வந்து விழுந்தான் இந்திரஜித்; விழுந்தவன் உடனேயே எழுந்து ஆகாயத்தில் நின்றான். அப்படி அவன் தேரோடும் பறந்து, கீழே விழுந்து, ஆகாயத்தில் எழுவதற்குள் அனுமன் தேர்களை எல்லாம் உதைத்துச் சிதைத்து அழித்துவிட்டான். அனுமனுக்கும் இந்திர ஜித்தனுக்கும் நிகழ்ந்த கடும் போரைக் கண்டவர்கள் சமமான இருவரிடைய நடக்கும் சரியான சமர் இது என்றும், அடுத்து என்ன நடக்குமோ என்ற கவலையும் பட்டனர்.

பிடித்தது பிரம்மாஸ்திரம்!

ஏறிப் போர் புரிய ஒரு தேரும் இலாததாலும், மீண்டும் உடனே அனுமன் எதிரே நின்றுபோர் புரியும் வலிமை குன்றியதாலும்,

எரியும் நெருப்பு போன்ற கோபத்தோடு வானத்தில் திரிய நேரிட்ட இந்திரஜித்துக்கு அனுமனுக்கு மாறாகத் தான் செய்யக் கூடிய செயல் வேறொன்றும் இல்லாததால், பிரம்மனது அஸ்திரத்தை அனுமன் மேல் தொடுக்க நினைத்தான். பிரம்மனின் அஸ்திரத்தைக் கையிலெடுத்து வில்லில் நாணேற்றி அனுமனது தோள்களை இலக்காகக் குறித்து எய்தான்.

எவராலும் அடக்க முடியாத அந்த அஸ்திரம் ஒரு மகா நாகத் துடைய வடிவத்தைக் கொண்டு அனுமனுடைய தோள்களைச் சுற்றி நன்றாகக் கட்டியது. அதனால் தோரண வாயிலின் முன் சாய்ந்து விழுந்தான் அனுமன். அவ்வாறு சாய்ந்த அனுமன் தன் மேற் கட்டியிருப்பது பிரம்மாஸ்திரம் என்ற உண்மையை உணர்ந்து அறிந்து தெய்வத் தன்மையுள்ள அந்த அஸ்திரத்தை அலட்சியம் செய்தல் பிரம்மனுக்குப் பெருமை செய்வதாகாது என்பதால் அஸ்திரத்தின் ஆணைக்குக் கட்டுப்பட்டு கண்களை மூடிக் கொண்டு இருந்தான்.

இந்திரஜித்தோ அனுமனின் வலிமை ஓய்ந்தது என்று எண்ணி அருகில் வந்து பார்த்தான். அப்போது, அனுமனுடன் போர் புரிய அஞ்சி தம் உயிரைக் காப்பாற்றிக் கொள்ள திசை எங்கும் ஓடி மறைந்த அரக்கர் பலரும் தமக்கு அனுகூலமான அந்தச் சமயம் பார்த்து அனுமன் அருகில் வந்து ஆரவாரம் செய்தனர். பிரம்மாஸ்திரத்தைத் தொட்டு இழுத்துப் பார்த்தனர். அனுமனை அதட்டினர்! குரங்கினுடைய வலிமை குலைந்தது என்று அந்த இலங்கை மாநகரமே வாய்விட்டு உரக்கக் கத்தி ஓலமிட்டது. அரக்க குமாரர்களும் மகளிரும் அந்தரத்திலும், வானிலும் வந்து குழுமி பெருமுழக்கமிட்டனர். அவர்கள் அடைந்த மகிழ்ச்சிக்கு ஓர் எல்லையே இல்லை.

இராவண சபையில் இராமதூதன்!

12

அனுமனுக்கு ஏற்பட்ட அனுபவங்கள்

பிரம்மாஸ்திரத்தை மதித்து அனுமன் கட்டுப்பட்டிருந்தபோது வந்து கண்ட அரக்கர்கள் ‘இந்தக் குரங்கை வெட்டுங்கள், குத்துங்கள், துண்டு துண்டாகச் செய்யுங்கள், தரையிலே தேயுங்கள், இது பிழைத்தால் நம் உயிர் போய் விடும்’ என்றனர்.

அரக்க வாலிபர்களும், இளம் பெண்களும் வந்து பார்த்ததும் ‘இந்தப் பயலை இவ்வளவு நேரம் உயிருடன் வைத்திருக்கலாமா?’ என்று கேட்க, சிலர் கொல்லவும் முயன்றனர். ‘எங்கள் தந்தையை, தம்பியை, தமையன்மார்களை எங்களிடம் திரும்பக்

கொண்டு வந்து கொடுத்துவிட்டுப் போ' என்று தங்கள் குடும்பத்தவரை இழந்த பலர் கதறினர்.

கட்டுப் பட்ட நிலையிலேயே அனுமனை இராவணனின் அரண்மனைக்கு வீதிகள் வழியே அரக்கர்கள் பெரிதாக ஆரவாரமிட்டபடி இழுத்துச் சென்றனர். போரில் தான் அரக்கர்கள், யானைகள், தேர்கள், குதிரைகள் என்று வீசி எறிந்ததன் விளைவாக இடிபட்டுச் சிதைந்த மாட மாளிகள் பொடிப் பொடியாகிக் கிடந்ததை எல்லாம் கண்ணுற்றபடியே அனுமன் சென்றான். பலர் இலங்கையில் நடந்த ஆர வாரத்தைக் கண்டு அஞ்சி அடங்கியிருந்தனர்; பலர் அனுமன் போரில் நிகழ்த்திய சாகசச் செயல்களைப் பலபடச் சொல்லி பகிர்ந்து கொண்டனர்; பலர் அனுமனைப் பார்க்கப் பார்க்கப் பயந்து ஊரின் எல்லைக்கு ஓடினர்.

வேறு சிலர் 'பிரம்மாஸ்திரத்தால் கட்டுண்டபோதும் இக் குரங்கு வருந்துவதாகத் தெரியவில்லை; ஏதோ பூமாலை கொண்டு கட்டினது போல் ஒளி பொருந்திய முகத்துடன் உள்ளது. இதனை இந்நிலையில் அரசரிடம் கொண்டு போதல் தவறாகும். கொஞ்சம் தீர யோசித்து செய்யுங்கள்' என்று அறிவுரை பகன்றனர்.

மாளிகைகளின் மேல் மாடங்கள் எல்லாவற்றிலும், பொன் மாளிகை போன்ற சிறப்பு வாய்ந்த இடங்களிலும், சாளரங்களி லும், முரசு முழக்கும் இடங்களிலும், அரக்க மகளிரும், வாலிபர்களும் அனுமனை இழுத்துச் செல்வதைப் பார்க்கக் கூடி நின்றனர். அனுமனும் வேறு ஒன்றையும் விரும்பாத வனாய் இங்கு இப்படியே தொடர்ந்து போய் இராவணனைக் காண்பதே நலம் பயக்கும் என்று கருதிச் சென்றான்.

'என் தந்தையாகிய வாயுதேவருடைய திருவருளாலும், இராம பிரானின் திருவடிகளைச் சிந்தை செய்கின்ற நலத்தாலும், சீதை, வானவர் போன்றோர் தந்துள வரத்தினாலும் இந்த பிரம்மாஸ்திரத்தின் கட்டு முழுதும் சிதறிப் போகச் செய் வேன்; ஆயினும் இப்போது, நான் களைப்புற்ற மனத்துடன் இருப்பதே சிறப்புடையதாகும் ' என்று எண்ணி, தொடர்ந்து

தான் இப்படிக் கட்டுண்டபடி இராவணனிடம் போவதைப் பற்றியும் யோசித்தான்.

'இராவணனை அடைந்து அவனுடைய மந்திராலோசனை சபையில் உள்ள முதியவர்களும் அறியும்படி, இராமபிரானுடைய ஆணையால் விளையக் கூடியவற்றை நான் எடுத்துச் சொன்னால் இராவணன் மனம் நெகிழ சீதையைக் கொண்டு செல்லும்படி என்னிடம் விடக்கூடும். அதுவுமல்லாமல், இராவணனுக்குத் துணையாயுள்ள மந்திரிகள், சேனாபதிகள் எண்ணிக்கையும் அவர்கள் எண்ணங்களும் தெரிய வரும்.

ஓர் அரசனுடைய முகமாகிய தூதனாக நான் போய் இராமபிரானின் கருத்தைச் சொன்னால், இராவணனின் நிலையையும், மனக் கருத்தையும் நேரிடையாகத் தெரிந்து கொள்ளலாம். வாலியின் அழிவும், குரங்குப் படையின் எல்லையிலாத தன்மையும், சுக்கிரீவனின் வலிமையும் பெருமையும், இராவணன் மனத்தில் பதியக் கூடும். ஆகையால் இராவணனை அடைந்து இராமபிரானுடைய ஆற்றலையும் நீதி நெறியையும் அவன் உள்ளத்தில் பதியும்படி செய்வது; அப்படி இராவணன் இணங்காவிடில் எஞ்சியுள்ள அரக்கர் சேனையில் பாதிக்கு மேலாக அழித்து, அவசரப்படாமல் போவதே செய்யத்தக்க காரியமாகும்' என்று எண்ணி அனுமன் அடங்கி அவ்வரக்கர்களுடன் சென்றான்.

இந்திரஜித் அனுப்பிய தூதர்கள் முன்னே ஓடிப் போய் இராவணனிடம் இந்திரஜித் பிரம்மாஸ்திரத்தால் அனுமனைக் கட்டி அவனிடம் அழைத்து வருகிறான் என்ற சேதியைத் தெரிவித்தனர். அதைக் கேட்டதுமே மகிழ்ந்த இராவணன் தன் மார்பில் கிடந்த பெரிய முத்து மாலையைக் கழற்றி அந்தத் தூதனுக்கு வெகுமதியாகக் கொடுத்தான்.

சீதையின் கவலை!

சீதா பிராட்டிக்கும் இச்சேதி திரிசடையால் தெரிய வந்தது. 'அசோக வனத்தை அழித்தான், எண்ணற்ற அரக்கரைக் கொன்றான்' என்ற சேதிகளைக் கேள்விப்பட்டு மகிழ்ந்திருந்த

பிராட்டிக்குத் திரிசடை அனுமனுக்கு ஏற்பட்ட துயர நிலை யைக் கவலையுடன் கூறினாள். ஒரு வேடன் கையில் தன் குஞ்சு அகப்பட்டால் துன்புற்று வருத்தப்படும் அன்னப் பறவையைப் போலாகி தன் மனக் குமுறலைக் கொட்டினாள்:

'ஞான பண்டிதனாகிய நீயோ ஒரு கள்ள அரக்கனால் சிறைப் பட்டாய்? இதுவோ தருமத்தின் பான்மை? இராமபிரானின் அடையாள ஆழியைக் காட்டி எனக்கு உயிர் தந்து உதவினாய். நான் உனக்குச் சாகா வரம் எனும் அழிவற்ற நிலைக்கு ஆசியருளினேன். அது பொய்க்காது உன் வாழ்நாளை நீட்டிக் கும். அரக்கர்களுக்குப் போரில் நீ காட்டிய ஆற்றலின் பெருமையை, இவ்வரக்கர்களிடமே கட்டுப்பட்டுப் பழியை உண்டாக்கிக் கொண்டாயே. என்னைக் கண்டு சென்ற நீ உதவிட, என் மன்னவன் போர் புரிந்து இராவணனைக் கொன்று என்னை மீட்டுக் கொண்டு போவான் என்றிருந் தேன். அந்த நம்பிக்கையைப் போக்கிவிட்டாயே' என்று புலம்பி மயக்கமுற்றாள்.

இராவணன் சபை!

இந்திரஜித் அனுமனுடன் இராவணன் அரண்மனையை அடைந்தான். பூர்ண சந்திரன் போன்ற வட்டமான வெண் கொற்றக் குடையின் கீழ் வீற்றிருந்தான் இராவணன். தன் குலத்து முன்னோன் ஆகிய பிரம்மதேவனிடம் வரம் பெறும் போது தான் அற்பர்களென ஒதுக்கித் தள்ளிய வானரர், மனிதர், மும்மூர்த்திகளில் மற்ற இருவரான சிவன், திருமால், தம் யோக பலத்தால் விலகி நின்ற முனிவர் சிலர் என்ற இவர்கள் நீங்கலாக மற்றுள்ளோர் அனைவரும் அரக்கர் கூட்டத்தோடு கூட்டமாகச் சூழ்ந்து நிற்க இராவணன் மாட்சியோடு வீற்றிருந்த சபை நடுவே அனுமனைக் கொண்டு வந்து நிறுத்தினார்கள்.

சண்டையா? சமாதானத் தூதா?

இராவணனைக் கண்டதும் அனுமனுக்கு ஆத்திரம் ஆத்திர மாக வந்தது, கோபம் பீறிட்டு எழ 'முன்பு உறங்குகின்ற போது

இவனைப் பார்த்ததால் உயிரை அழிப்பது குற்றம் என்று விட்டு விட்டேன். இப்போது சிம்மாசனத்தில் இருக்கும் இப்பாவியை ஏன் விட்டு வைக்க வேண்டும்? யோசிக்க என்ன இருக்கிறது? இவன் தலைகளைச் சிதறித் தீர்த்து விட்டுச் சீதாபிராட்டியை மீட்டு செல்வதுதான் சரியானது என்று எண்ணினான். இராமபிரானின் தேவியைச் சிறையிட்டதைக் கண்டும் காணாது சும்மா இருக்கும் தேவர்கள், அசுரர்கள், மற்றும் இங்குள்ளவர்களின் கண்ணெதிரிலேயே இந்தப் பாவியைக் கொல்லாமல் வேறென்ன சேவகம் செய்வதற்கு உள்ளது என்றும் எண்ணினான். தன் தோள்களைக் கட்டி யுள்ள பிரம்மாஸ்திரத்தை அறுத்தெறிந்து விட்டால் என்ன என்ற எண்ணம் வந்தது. அப்போதுதான் தான் வந்த காரியம் அது அன்று என்ற நினைப்பும் வந்தது.

ஆத்திரம் தணிந்து சிந்தித்ததும், இவனால் என்னை வெல்ல முடியாது; என்னாலும் இவனை வெல்ல முடியாது. இப்போது இவனோடு போரிட்டால் வீணே காலம்தான் கழியும். அதற்குள் இன்னும் ஒரு மாதம்தான் உயிரோடிருப்பேன் என்று பிராட்டி விதித்த கெடு தீர்ந்தால் அவள் உயிரை விட்டு விடுவாள்; அறம் தவறிய இராவணனை நான் அழிப்பேன் என்று இராமபிரான் முன்பு இட்ட சபதமும் நினைவுக்கு வந்தது. அவன் ஒருவனால்தான் இவனை ஒழிப்பது இயலும் என்று எண்ணி அனுமன் அவனைக் கொல்லும் எண்ணத்தைக் கைவிட்டு, இராம தூதனாக நிற்பதே சிறந்தது என்ற முடிவுக்கு வந்தான்.

அப்போது இந்திரஜித் தன் தந்தையை வணங்கி அனுமனைச் சுட்டிக் காட்டி குரங்கு வடிவத்தில் இருக்கும் இவன் சிவபெரு மான் போலவும் திருமால் போலவும் போர் செய்த சிறந்த வீரன் என்று அறிமுகம் செய்தான்.

வில் வீரனின் தூதன்

கண்களில் கனல் பொறி பறக்கும் கோபத்துடன் அனுமனைப் பார்த்து இராவணன் 'இந்த இலங்கைக்கு நீ வந்த காரணம் என்ன? நீ யார்?' என்று கேட்டான்.

'நான் ஒரு வில் வீரனின் தூதன். அவன் யாரென்று தெரிய வேண்டுமா? நீங்கள் ஈட்டிய வலிமை, முன்னாள் இயற்றிய தவம், திரட்டியுள்ள படை, தேவர் அளித்த வரம், பெற்றுள்ள சிறப்பு, பெருவாழ்வு என்ற எல்லாவற்றையும் தான் விடும் ஒரே அம்பினால் அடியோடு அழிக்க உறுதி கொண்டவன். நீ நினைப்பது போல அவன் தேவனோ, கயிலைமலை ஈசனோ, மும்மூர்த்திகளில் ஒருவனோ, முனிவனோ அல்லன். இந்தப் பூமியைப் புகழுடன் ஆண்ட ஒரு சக்கரவர்த்தியின் திருமகன் தான் அவன். வேதங்களும் அறமும் துதிக்கும் உண்மையான அறத்தின் மூர்த்தி.'

அந்த அறமூர்த்தி ஏன் அரச குமாரனானான் என்றால் வேதங் களும், வேதங்களுக்கு முடிவான உபநிடதங்களாலும் இன்ன தெனக் குறிப்பிட்டுக் காட்ட முடியாத அறிவுக்கே அறிவான வன், அற்றொரு நாள் தன்னைக் கவ்வித் துயரிழைத்த முதலை யிடமிருந்து காப்பாற்றப்பட ஒரு யானை ஆதிமூலமே என்று குரல்கொடுக்க, ஓடி வந்து காத்தானே அவன் தான் இப்போது தேவர்களின் அபயக் குரல் கேட்டு காப்பாற்ற அரச குமாரனாக வந்துள்ளான். நல்லவர் துன்பத்தைப் போக்க இங்கே அவதரித் துள்ளான்.'

அப்படிப்பட்ட இராமபிரானுக்கு அடிமை செய்யும் என் பெயர் அனுமன். அவன் தேவியைத் தேடி பல திசைகளிலும் சென்ற வர்களில் தென்திசையில் வந்த வானர சேனைக்கு அங்கதன் அனுப்ப இங்கே வந்தேன்' என்று அனுமன் கொஞ்சம் விஸ்தாரமாகவே இராமபிரானின் அவதாரத்தையும் தான் வந்த காரணத்தையும் இராவணனின் இரண்டு வினாக்களுக்கு விடையாகச் சொன்னான்.

அதைக் கேட்டதும் இராவணன் 'வாலியின் மைந்தன் விடுத்த தூதனா நீ! வாலி எப்படி இருக்கிறான்? அவன் அரசாட்சி நன்றாக நடக்கிறதா?' என்று சொன்னதைக் கேட்டு அனுமன் சிரித்தான்.

'பயப்பட வேண்டாம்; அந்த வாலியும் உன்னைக் கட்டிச் சுழற் றிய அவன் வாலும் இப்போது இல்லை. இராமபிரானுடைய

ஒரு அம்பால் வாலி இறந்துவிட்டான். இப்போது எங்கள் வேந்தன், சூரிய குமாரனாகிய சுக்கிரீவன்' என்று பதில் சொன்னான் அனுமன்.

'உன்னால் கவர்ந்து வரப்பட்ட தன் தேவியைத் தேடிக் கொண்டு இராமபிரான் கிஷ்கிந்தைப் பகுதிக்கு வந்த போது எங்கள் இளவரசர் சுக்கிரீவன் அவருடன் நட்புக் கொண்டதும், அவனுக்கு ஏற்பட்ட துன்பத்தைப் போக்க வேண்டுமென வாலி அபகரித்த அவன் மனைவி ருமையையும், அரசையும் வாலியைக் கொன்று மீட்டுக் கொடுத்தான். கார்காலமாகிய நான்கு மாதங்களும் அங்கிருந்த பின், இராமபிரானிடம் வந்து சேர்ந்த வானரப் படைகளுடன் பிராட்டியைத் தேடுங்கள் என்று சொல்ல நாங்கள் இங்கு வந்தோம்.'

விடுவானா இராவணன்? உடனே கேட்டான்: 'உங்கள் குலத் தலைவனான வாலியைக் கொன்ற அந்த இராமனுக்கு அடிமைத் தொழில் செய்தால் உங்கள் புகழ் என்னாகும்? உங் களுக்கு வெட்கமாக இல்லையா? தன் அண்ணனையே கொல்லச் செய்து, அப்படிக் கொன்றவனுடன் நட்புக் கொள்ளும் உம் இனத்தலைவன் சுக்கிரீவன் கட்டளை இடு வதற்கு யார்? அதை நீ என்ன எனக்குச் சொல்ல வந்தது? வந்தது தான் வந்தாய். தூதனாக வந்த நீ போர் செய்யக் காரணம் என்ன? உன்னைக் கொல்ல மாட்டோம்; அஞ்சாமல் உண்மை யைச் சொல்.'

குரங்கைக் கொல்லுங்கள்!

அனுமன் இராவணன் கூறியதை எல்லாம் சீர்தூக்கிப் பார்த்தான். இவனுக்குப் பொதுவாக உள்ள நீதிகளை எடுத்துச் சொல்லு வதே தக்கது என்று கொஞ்சம் விரிவாக நீதிநெறிகளை எடுத்துரைத்தான்:

'சுக்கிரீவனின் தூதனாக நான் சொல்லப்போவது காரணங்கள் பொருந்திய நீதியாகும். உன் நன்மைக்காகத்தான் சொல் கிறேன். இவற்றை நீ நல்லன என்று காது கொடுத்துக் கேட்டால் சொல்வோம். ஏனெனில் உன் வாழ்வை நீயே

கெடுத்துக் கொண்டாய். அறம் பார்க்கவில்லை. இப்போதும் கூட நான் கூறுவனக் கேட்டு நீ நடந்தால், நீண்ட காலம் வாழலாம். தூயகற்புடைய பிராட்டிக்கு நீ இடர் இழைத்ததால், புலன்களை வென்று அடக்கித் தவம் இயற்றி நீ பெற்ற தவப் பயன்கள் நீங்கத் தொடங்கிவிட்டன. தீமை நன்மையை அழித்துவிடும் என்ற மூத்தோர் வார்த்தையை நீ ஆலோசிக்காது, பெருந்தவத்தால் வந்த தூய்மையை, கற்பின் கனலியான பிராட்டி மேல் கொண்ட ஆசை நோயால் அழித்துக் கொண்டாய். முறை கடந்த சிற்றின்ப ஆசையால் நேர்மையை மறந்து மனம் போன போக்கில் எல்லாம் மதி மயங்கினாய்.

உலகத்தையே அழிக்க வல்ல பலப்பல கைகளும் ஆயிரம் தலைகளும் உள்ளனவானாலும் அவை உனக்குப் பாதுகாப்பாகாது. ஊரையே அழிக்க வல்ல நெருப்பிடையே வைத்த நூறு சேலை போன்றவையே.

தெளிந்த ஞானம் நிரம்பிய பலரும் விரும்பும் சிறப்புக்களை உடைய நீ, மூவுலகாளும் குறைவற்ற செல்வ வளத்தையும் அழித்துக் கொண்டு எளியவன் போலாகி விட்டாயே! சிறுமைக் குணம் கொண்டு நியாய வழிக்கு எதிரான பிறன் மனையை விரும்பும் சிறு நெறியில் செல்லலாமா? ஆகவே, பிறரால் அடைய முடியாத பெருஞ் செல்வமும், சுற்றமும், உன் உயிரும் நிலை பெற்றிருக்க சீதையைக் கொண்டு இராம பிரானிடம் தருவாயாக என்று சொல்லும்படி சுக்கிரீவன் என்னிடம் சொல்லியனுப்பினான்.'

அனுமன் இப்படிச் சொன்னதும் 'ஒரு குரங்கு சொல்லியனுப்பியதை இன்னொரு குரங்கு எனக்கு வந்து சொல்லிகிறது. அது இருக்கட்டும்; என் நகருக்குள் தூதனாக வந்த நீ தூதனுக்கு உள்ள நெறியைக் கடந்து அரக்கர்களைக் கொன்ற காரணத்தைச் சொல்க' என்று விடாது கேட்டான்.

'உன்னை எனக்குக் காட்டி அழைத்துச் செல்வார் யாரும் இன்மையால் அசோகவனத்தை அழித்தேன்; என்னைக் கொல்ல வந்தவர்களை அழித்தேன்; பிறகு என் போர்த் தன்மையை விட்டு அடங்கிக் கட்டுப்பட்டபடியே தான்,

உன்னைக் காண வந்துள்ளேன் - உன்னிடம் சேதி சொல் வதற்காகத்தான்.'

அனுமன் இப்படிச் சொன்னது தான் தாமதம், இராவணன் கோபம் உச்சிக்குச் செல்ல 'இந்தக் குரங்கைக் கொல்லுங்கள்' என்று கட்டளையிட்டான்; கொலையாளிகள் உடனே அனு மனை நெருங்கினார்கள்; உடனே அரக்கர்களிடையே ஒளிந்து வாழ்கின்ற தருமம் போன்ற நீதி தவறாத விபீடணன் எழுந்து 'நில்லுங்கள்' என்று தடுத்தான்.

தூதனைக் கொல்லக் கூடாது!

விபீடணன் எழுந்து நின்று இராவணனை வணங்கி 'உங் களுக்கு ஏற்பட்ட இந்தக் கோபம் முறையன்று' என்று தொடங்கி உண்மை நிலையை எடுத்துரைத்தான். 'பிரம்மதே வனுடைய மரபில் வந்த நீங்கள், உங்களின் தவ வலிமையால் இந்திரன் தொழிலாகிய மூவுலகங்களையும் ஆளுகிற இறை வன்; அப்படிப்பட்டவர் தூதனாக வந்துள்ளேன் என்று ஒருவன் சொன்ன பிறகும் அவனைக் கொல்லுதல் நீதியாகாது என்பது வேதங்கள் வல்ல உங்களுக்குத் தெரியாததா என்ன?

தூதரைக் கொன்றவர் யாரும் இருக்க முடியாது. பகைவரின் இடத்துக்குச் சென்று தூது அனுப்பியவர் கூறியனுப்பிய செய்தியைச் சொல்லி, பகைமை உணர்ச்சியை அடக்கி புகழ் ஒடுங்காது போரொடுங்கச் செய்ய வல்ல தூதர்களைக் கொல்லுவதைவிட இழி செயல் வேறு உண்டோ? அந்த வீரர்கள் நம் தங்கை சூர்ப்பணகையைக் கொல்லாது, காது களையும் மூக்கையும் மட்டும் அறுத்து நிகழ்ந்தவைகளைப் போய்ச் சொல் என்று அனுப்பிவிட்டனர். அப்படியிருக்க நீங்கள் தூது வந்த இவனைக் கொன்று விட்டால், நம்மிடத் துக்கு இவன் வந்து கண்ணால் கண்டது, கேட்டதை அவர் களிடம் சென்று சொல்ல முடியாதபடி அல்லவா போய் விடும்.'

எல்லாம் கேட்ட இராவணன் 'நல்லது சொன்னாய்! இவன் குற்றம் செய்தவனே ஆனாலும் இவனைக் கொல்வது

குற்றமாகும்' என்று சொல்லிவிட்டு அனுமனிடம் 'நீ சென்று இவ்விடத்துச் செய்திகளை எல்லாம் சொல்லி, அந்த இராமனை இங்கு விரைவில் அழைத்துக் கொண்டு வா' என்றான். அரக்க வீரர்களிடம் 'இக் குரங்கின் வாலை அடியோடு அழியும்படி நெருப்பைக் கொண்டு எரித்து, நகரத்தைச் சுற்றிவரக் கொண்டு போய் எல்லையைக் கடந்து போகும்படி துரத்தி விடுங்கள்' என்று ஆணையிட்டான்.

விடுபட்டது பிரம்மாஸ்திரம்!

அனுமனை நெருங்கி அரக்க வீரர்கள் வந்ததும், இந்திரஜித்து எழுந்து 'பிரம்மாஸ்திரத்தால் கட்டுண்டு இருக்கும் போது நெருப்பை இட்டு எரித்தல் ஆகாது. ஆகவே பல கயிறுகளைக் கொண்டு வந்து இவன் தோள்களைக் கட்டுங்கள்' என்று கூறி, அனுமனது உடம்பில் பாம்பு வடிவாய்ப் பொருந்தியிருந்த பிரம்மாஸ்திரத்தை விடுவித்தான். அதே சமயம் அரக்கர்கள் உடனேயே கயிறுகளைக் கொண்டுவந்து அனுமனைக் கட்டத் தொடங்கினார்கள். பேருருவம் கொண்டுள்ள அனுமனைக் கட்ட அவ்வளவு கயிறு வேண்டுமே? இலங்கை மாநகரின் வீடுகளில் உள்ள ஊஞ்சல் கயிறுகள், தேர்கள் கட்டப் பட்ட கயிறுகள், குதிரைச் சாலைக் கயிறுகள், யானைகள் கட்டிய கயிறுகள் என்று எல்லாக் கயிறுகளையும் கொண்டு வந்து கட்டினார்கள்.

இராவணன் என் வாலைக் கொளுத்திச் சுடச் சொன்னது இந்த ஊரை நீ சுடுக என எனக்குச் சொன்னதன்றோ என்று உணர்ந்து அனுமன் மனதுக்குள் மகிழ்ந்தான். வலிமையற்ற கயிறுகள் தன் உடலைக் கட்ட, வலிமையில்லாதவன் போல் நடித்து, அரக்கர்கள் இழுக்கும்போதெல்லாம் அவர்களிடமிருந்து தப்பிக்க வழி தெரிந்தும், அதில் நாட்டம் இல்லாமல் அவர்கள் இழுத்த இழுப்புக்கெல்லாம் அவர்களுடன் சென்றான் அனுமன்.

வாலில் வைத்த தீ!

குளிர்ந்த நெருப்பு!

13

இராவணனின் ஏவலாளர்கள் அரண் மனை வாயில்களைக் கடந்து, வெட்ட வெளியை அடைந்து அனுமன் வாலில் துணிகளைச் சுற்றி நெய், எண்ணெய் முதலியவற்றில் தோய்த்து எரியூட்டி ஆரவாரம் செய்தனர். ஒன்றின் மேல் ஒன்றாய் அனுமன் உடலில் கட்டப் பட்ட கயிறுகளை இரு பிரிவுகளாக இரண்டு புறமும் நூறாயிரம் அரக்க வீரர்கள் பிடித்துக் கொள்ள ஆயுதங்கள் ஏந்திய அதே அளவு வீரர்கள் பக்கங்களில் காவல் புரிந்துவர, வளையத்துக்கு அப்பால் காட்சியைக் காண வந்த கூட்டத்தின் அளவோ சொல்ல முடியாததாகும்.

'இலங்கை நகரையும், அசோக வனத்தையும் அழியச் செய்தும், அக்ககுமாரன் முதலிய அரக்க வீரர்களைக் கொன்றும், சீதை யோடு தனியே பேசியும், நம் அரசரிடம் மனிதர்கள் வலி மையைச் சொல்லவும் வந்த குரங்கிற்கு நேர்ந்த தண்ட னையைக் காண வாருங்கள், வாருங்கள்' என்று தெருக் களிலும், வீட்டு வாயில்களிலும் அறிவித்தபடிச் சென்றனர்.

அனுமனை இழுத்துச் சென்றவர்கள் முழக்கமிட்டபடிச் சென் றனர். சிலர் அவனை அங்குமிங்கும் இழுத்தனர். சிலர் அவனை இடித்தனர்; சிலர் அதட்டினார்கள்; சிலர் முரசுகளைக் கொட்டினார்கள். சிலர் ஓடிப் போய் சீதா பிராட்டியிடம் சொன்னார்கள். அதைக் கேட்டதும் பிராட்டி பதைபதைத்தாள். விம்மி அழுதாள். பிராட்டி அக்னியை நினைத்து 'நெருப்புக் கடவுளே! தாய் போல் என் மீது கருணை கொண்டுள்ள வாயு குமாரனான அனுமனுக்கு உள்ள துணைவனே! நாய் போன்று இழிவான வலிமையுடைய அரக்கர்கள் அவனைத் துன்புறுத்து வதை நீ பார்த்துக் கொண்டு இருப்பாயா? உதவி செய்ய மாட்டாயா? நீ தான் உலகமனைத்துக்கும் ஒப்பற்ற சாட்சியாய் விளங்குபவன். உனக்கே அனைத்தும் தெரியும். நான் கற்பில் தூய்மையானவள் என்பது உண்மையானால் அந்த அனுமனைச் சுடாதே. உன்னைத் தொழுது வேண்டுகிறேன்' என்றாள்.

பிராட்டி இவ்விதம் வேண்டியதும் அக்கினி தேவன் அனு மனைச் சுட அச்சம் கொண்டான். உடனே அனுமனின் ரோமங் கள் குளிர்ச்சியானது. அனுமனின் வால் எலும்பு வரையிலும் குளிர்ச்சியடைந்தது. பிராட்டியின் பிரார்த்தனையால் அக்னி சாந்தமடைய விரிசடைக் கடவுளின் நெற்றிக் கண்ணில் உள்ள நெருப்பும், பிரம்மனின் உள்ளங்கையில் உள்ள நெருப்பும் என பல்வேறு அக்னிகளும் குளிர்ந்தன.

இராமபிரான் மீது மாறாத பக்தி கொண்ட அனுமன் தன் வாலில் நெருப்பானது எரிந்தாலும், தன்னைச் சுட்டு வருத்தாது குளிர்ச்சியை உணர்ந்ததும் இது பிராட்டியின் கற்பின் சிறப்பால் நிகழ்ந்தது என உவகை கொண்டான்.

பிராட்டியைத் தேடி ஊரெங்கும் இராப் பொழுதில் அலைந்த தால் பார்க்க முடியாதவற்றையும், இடங்களையும் அவனைப் பற்றி இழுத்துச் செல்லும்போது, ஒன்று பாக்கி விடாமல் அவ்வரக்கர்களே காட்டிக் கொண்டு சென்றதால், இலங்கை யின் இடங்கள், பொருள்கள் என ஒவ்வொன்றையும் நன்றாகப் பார்த்துக் கொண்டு சென்றான்.

ஊர்முற்றும் சுற்றியதும் இனி கிளம்ப வேண்டிய காலம் இது என உணர்ந்து இரண்டு லட்சம் அரக்கர்களின் பெரிய தோள்களும் கயிறுகளோடு தூண்கள் போலத் தொங்க, அவர்களைப் பற்றியபடி ஆகாயத்தில் உயர எழும்பினான். கயிறுகளில் தொங்கிய அரக்கர்கள் எல்லாரும் கீழே விழுந் தனர். விழுந்ததில் தோள்கள் இழந்தவராய் அழிந்தனர். பாம் பின் கூட்டம் கால்களில் பற்றிய கருடன் வானில் பறப்பது போல, கயிறுகள் தொங்க அனுமன் ஆகாயத்தில் பறக்கத் தொடங்கினான்.

எரிந்தது இலங்கை!

பாதக அரக்கர்களின் மாளிகைகள் அனைத்தையும் எரிய வைப் பேன் என்று எண்ணி, இராமபிரானைத் துதித்து வணங்கி, எரியும் தன் வாலை மாளிகைகளின் மேல் நீட்டினான். வண்ணமாட மாளிகைகள் ஒவ்வொன்றின் மேலும் மேலும் தாவித் தாவிச் சென்று தீயிட்டான்.

மாளிகைகளின் மேல் அனுமன் இட்ட தீ அவற்றைச் சூழ்ந்து முழுமையாக எரித்தமையால் நகர மக்கள் அனைவரும் அங்குமிங்கும் கதறிக் கொண்டே ஓடினர்; நெடுந்தூரம் பரவிய புகை மண்டலம் வானத்தை மறைத்ததால், தாம் போகும் திசை தெரியாது புலம்பினர் பலர்; எரியும் நெருப்பிலிருந்து சிதறி எழுந்து பறந்த நெருப்புப் பொறிகள் எல்லா இடத்திலும் விழுந்ததால், கடல் கொதிப்படைய அங்கு வாழும் மீன்கள் வாடித் துடித்து உயிர் ஒடுங்கின.

பொன்னாலான சுவருடைய மாளிகைகளில் எரியும் தீயினால் பொன் உருகித் தாரை தாரையாய் ஓடிக் கடலில் விழுந்து, நீரில்

பட்டதனால் உருகிய பொன் இறுகி முறுக்குகள் நிரம்பிய தண்டுகளாய்த் திரண்டன. நெருப்பினால் ஏற்படும் ஜுவாலைகள் நாற்புறமும் வீசுதலால், எல்லாப் பக்கமும் சூழ்ந்துள்ள கடல் நீர் உலை நீர் போலக் கொதித்து எழுந்தது. நகரிலிருந்த பூஞ்சோலைகள் நெருப்பில் வெந்து அழியவே, அங்குள்ள அகில் மரங்களும், சந்தன மரங்களும் எரிந்து பரப்பிய நறுமணம் உலகளாவ மணந்தது.

இராவணனுடைய மலை போன்று உயர்ந்த அரண்மனை பொன்னாலானது; நெருப்பில் அதுவும் நெகிழ்ந்து உருகி தென் திசையிலும் ஒரு மேருமலை உள்ளதோ என்று சொல்லும்படி ஆயிற்று. இராவணனும் அவனது உரிமை மகளிர் கூட்டமும் புஷ்பக விமானத்தில் ஏறி வானத்தில் சென்று தப்பிப் பிழைத்தார்கள். பிற அரக்கர்கள் நினைத்த மாத்திரத்தில் வானத்தில் எழும்பிச் சென்று உயிர் தப்பினர்.

இராவணன் தன்னுடனிருந்த அரக்கர்களை நோக்கி 'உலகங்கள் எரியும் ஊழிக் காலம் வந்துவிட்டதா? என்ன நடக்கிறது? நகர் தீப்பற்றி எரிவது ஏன்?' என்று கேட்டான்; அவர்கள் தம் சுற்றம், கிளை எல்லாம் செல்வங்களோடும் இழந்து வருந்தும் போதும், அவனைக் கைகூப்பி வணங்கி 'குரங்கின் வாலில் இட்ட தீயால், அக்குரங்கு எரித்ததன் விளைவு இது' என்றனர். 'இலங்கையை எரித்த அந்த அக்னிதேவனைப் பிடித்துக் கொண்டு வாருங்கள்' என்றான். உடனே 'அக்குரங்கையும் அது தப்பிப் போகுமுன் பிடித்து வாருங்கள்' என்றான்.

இராவணன் ஆணையை ஏற்றுச் சென்ற அரக்க வீரர்கள் தேடிச் சென்று அனுமனைக் கண்டதும் சுற்றி வளைத்தனர். நெருப்புப் பற்றியுள்ள தன் வாலால் அனுமன் அவர்களை வளைத்து, ஒரு மரத்தைப் பறித்து அவர்கள் மீது மோதவே அவர்கள் இறந்து வீழ்ந்தனர். மாண்டவர்களைத் தொடர்ந்து வந்த மற்ற வீரர்களும் அனுமனை எதிர்த்துப் போரிட்டனர். அனுமனோ வலிமையுடன் போரிட்டு கணக்கற்ற அவ்வீரர்களை அழித்தான்.

அனுமன் தன் வாலின் நெருப்பு அணைய அதனைக் கடலில் தோய்த்தான். அப்போது வானத்தில் உயரத்தில் செல்லுகின்ற வித்தியாதரர்கள் அனைத்தையும் எரித்த தீ, பிராட்டி இருக்கும் சோலையைச் சுடவில்லை என்று பேசிக் கொண்டு போனதைக் கேட்டு மகிழ்ந்தான். 'நான் பெரும் பழியிலிருந்து தப்பினேன்' என்று எண்ணி எழும்பிப் பறந்து அசோக வனத்தில் குதித்து பிராட்டியின் திருவடிகளை வணங்கினான். 'இனிச் சொல்ல வேண்டிய வார்த்தை என்ன இருக்கிறது? வந்தனை' என்று நன்றியை வணக்கமாகச் சொல்லிப் போனான்.

இராமன் தலைமையில் வானரப் படை!

நல்ல செய்தி

14

ஒரு மலைச் சிகரத்தை அடைந்து, அனுமன் இராமபிரானின் திருவடிகளைத் தொழுது வணங்கி பேருருவம் எடுத்து வானில் சென்றான். வழியில் மைந்நாகக் குன்றை அடைந்ததும், குதித்து நடந்தவற்றை உணர்த்திவிட்டு, உடன்பயணத்தைத் தொடர்ந்து தான் தன் வரவை எதிர்நோக்கியிருக்கும் அங்கதன் முதலான வீரர்கள் இருந்த மகேந்திரமலையில் இறங்கினான். தாய்ப் பறவையின் வரவைக் கூட்டினுள்ளிருக்கும் குஞ்சுகள் கண்டதுபோல, அங்கதன் முதலானோர் மகிழ்ந்தனர்; வணங்கினர்; ஆடித் துள்ளினர்; தழுவினர்; மொய்த்தனர். தாங்கிச் சுமந்து சென்றனர்.

சில வானரர்கள் அனுமனை நோக்கி 'ஒளி வீசும் உன் முகமே நல்ல செய்தியை எங்களுக்கு உணர்த்திவிட்டது. சுவையான தேனோடு கிழங்கும் காயும் தேடி வைத்துள்ளோம். அவற்றை உண்டு சிறிது இளைப்பாறுக' என்றனர்.

அனுமன் முதலில் அங்கதனை வணங்கி, ஜாம்பவான் காலில் விழுந்து பணிந்து, பிறகு வணங்குவதற்கு உரிய வரை எல்லாம் முறைப்படி வணங்கி 'உங்கள் எல்லோர்க்கும் உலக நாயகன் தேவி தன் நல்லாசிகளைச் சொன்னாள்' என்றான்.

அனைவரும் எழுந்து நின்று கரங்கள் கூப்பி பிராட்டியை மனதால் தொழுது பணிந்து அனுமனை அவன் சென்றது முதல் வந்தது வரை நிகழ்ந்தவற்றைச் சொல்லென அவனும் அவ்வாறே பிராட்டியின் அருந்தவ நிலையை விளங்கச் சொல்லி அவள் சூடாமணியை அடையாளமாகக் கொடுத்ததையும் கூறி, தன் வெற்றியைத் தானே கூறிக் கொள்ள வெட்கம் கொண்டவனாய், அரக்கர்களோடு தான் செய்த போர்களையும் இலங்கையை எரியூட்டியதையும் சொல்லாமல் விட்டான்.

அனுமன் போர் புரிந்ததை அவன் உடலில் காணப்பட்ட புண்களும் காயங்களும் தாமே தெரிவிக்க, ஊரைத் தீயிட்டதை மேல் எழுந்து இங்கு தெரிந்த புகை மண்டலமே காட்ட வானரவீரர்கள் அனைத்தையும் ஊகித்து அறிந்தனர்.

காத்திருக்கிறான் இராமன்

'இராமபிரானின் துயர் நீங்கிட, நல்ல சேதி சொல்ல நீ முதலில் செல்; நாங்கள் பின்னே விரைவாக வருகிறோம். பிராட்டியைத் தேடிவர விதித்த நாள்கள் கடந்து விட்டன' என்று வானர வீரர்கள் அனுமனிடம் சொல்ல அவனும் உடனே புறப்பட்டான்.

பிரிவுத் துயரால் பெரிதும் நைந்து போயிருந்த இராமபிரான் சோர்வுற்றுத் தளரும் போதெல்லாம் அருகிலிருந்த சுக்கிரீவன் சீரிய சொற்களைக் கூறித் தேற்ற இராமபிரான் மீண்டும் உயிர் பெற்றது போலாவான். தென் திசை தவிர மற்ற மூன்று திசை

களிலும் சென்ற வானர வீரர்கள் திரும்பி வந்து பிராட்டியைக் காணவில்லை என்று சொன்ன செய்தி உயிரை நோகச் செய்த வேளையில் அனுமன் வருவான் நல்ல செய்தி கொண்டு என்ற நினைப்பு தெம்பு தரும்.

சுக்கிரீவனை நோக்கி 'குறித்த கெடு தீர்ந்துவிட்டது; தென் திசை சென்றவர் திரும்பவில்லையே! அவர்களுக்கு என்ன நேர்ந்தது? மாண்டிருப்பார்களோ? பிராட்டி இறந்திருக்கலாம்; திரும்பி வந்து அதனைச் சொல்வதைவிட இறப்பதே மேல் என்று அவர்களும் இறந்தார்களோ? இன்னமும் தேடித் திரி கின்றனரோ? அரக்கர்களுடன் போர் தொடங்கி அவர்களின் மாயையால் மேலுலகம் சென்று விட்டனரோ? அவ்வரக்கர் களால் தப்பிக்க முடியாத சிறைகளில் அடைக்கப்பட்டார் களோ? அவர்களுக்கு என்னதான் ஆகியது? சொல்லுவாயா?' என்று இராமன் சிந்தை நொந்து கேட்டுக் கொண்டிருக் கும்போதே தென் திசையில் அனுமன் வருவது தெரிந்தது. இராமனும் அவனை நோக்கினான்.

கண்டேன் சீதையை!

வந்திறங்கிய அனுமன் தன் தலைவனான இராமபிரானின் திரு வடிகளை வணங்கவில்லை; பிராட்டி இருக்கும் தென் திசையை நோக்கித் திரும்பி நின்று தலையும், கைகளும் அப்பக்கம் இருக்க பூமியில் படிந்து விழுந்து வணங்கினான்.

முகம் முதலிய அவயவங்களின் குறிப்பினால் நடந்ததை அறியும் திறமுடைய இராமன், அனுமனது செய்கையைக் கண்டு சீதை நலமாக இருக்கிறாள்; இவன் அவளைப் பார்த் துள்ளான்;

அனுமனின் அத்தகைய செய்கையையே அளவு கருவி எனக் கொண்டு குறிப்பறிந்தான். இராமனின் உள்ளத்தில் தோன்றிய அளவிலா மகிழ்ச்சியால் அவன் தோள்கள் பூரித்தன; கண் களில் நீர் பெருகியது; அவனை இவ்வளவு நாள்கள் வாட்டி வதைத்த அருந்துயரம் நீங்கியது. சீதையினிடத்து அன்பு மேலிட்டது.

‘கண்டேன் கற்பினுக்கு அணியாம் சீதையை அவள் கண்களே சான்றாகக் காட்ட - கடல் சூழ்ந்த இலங்கை என்கிற தெற்கில் உள்ள நகரத்தில். இனி அவள் இருக்கிறாளா இல்லையா என்ற சந்தேகத்தையும், அவளைப் பற்றிப் பட்ட துன்பத்தையும் விட்டு நீங்குங்கள்’ என்று இராமபிரானிடம் அனுமன் சொல்லத் தொடங்கி, வானர வீரர்களிடம் சொல்லாது விட்டது போல் தான் போரிட்டது, எரியூட்டியது என்ற தன் வெற்றியைத் தவிர்த்து இலங்கையில் நடந்தவற்றையும், பிராட்டி கற்பின் செல்வியாய்த் தவமே தவம் செய்தாற் போல் பொலிவதையும் விவரித்தான்:

‘சுவாமி! உங்களுடைய சிறந்த மனைவி என்கிற தகுதிக்கும், உங்கள் தந்தையார் தசரதச் சக்கரவர்த்தியின் சிறந்த மருமகள் என்கிற சொல்லுக்கும், மிதிலை மன்னர் ஜனகமகாராஜரின் சிறந்த பெண் என்னும் பெருமைக்கும் தலைமை சான்றவளாக இருக்கிறாள். தவத்தின் வடிவமாகவே விளங்குகிறாள் பிராட்டி.

எங்கே தெரியுமா? இலங்கை நகரில் சூரியன் உதிப்பதும் மறைவதும் தெரியமுடியாத, பொன் மயமான கற்பக மரங்கள் அடர்ந்த, அசோகவனம் எனும் சோலையில், உங்கள் தம்பி இளைய பெருமாள் தானே புல்களினால் உங்களிருவருக்கும் கட்டிக் கொடுத்த அதே பரிசுத்தமான பர்ண சாலையில்.

எப்படி அங்கு போய் அதில் இருக்க முடிந்தது, தெரியுமா? பிரம்மதேவன் இராவணனுக்கு ‘உன்னிடம் விருப்பம் இல்லாத பெண்ணை நீ தீண்டினால் அக்கணமே உன் தலைகள் வெடித்து மாண்டு போவாய்’ என்று முன்பு கொடுத்த ஒரு சாப வார்த்தையால், இராவணன் கற்பின் கனலியான பிராட்டியைத் தீண்ட அஞ்சி அவள் இருந்த பர்ணசாலையையே நிலத்தோடும் பெயர்த்து எடுத்துக் கொண்டு போனான்.

தடுத்தேன் தற்கொலையை...

இலங்கை நகரம் முழுவதையும் தேடிப் பார்த்த நான் இராவணனின் மாளிகையுள்ளும் போய் அங்கிருந்த மகளிரையெல்லாம்

பொதுவாகப் பார்த்துக் கொண்டே போய், அசோக வனம் எனும் சோலைக்குள் புகுந்துபோது அங்குதான் பிராட்டியைக் கண்ணீர்க் கடலில் கண்டேன். இரக்கம் என்கிற குணமே தன்னந்தனியாக கொடிய சிறை வாசத்திலிருப்பது போல் பிராட்டி அங்கு இருந்தாள்.

பிராட்டியிடம் சென்று அவளை வணங்குவதற்கு தக்க சமயத்தை எதிர்பார்த்து இருந்த போது, இராவணன் அங்கு வந்து பிராட்டி தன்னை ஏற்கும்படி கெஞ்சி அவள் அடியில் விழுந்து வணங்கினான்; பிராட்டி கடுஞ்சொற்களைக் கூறி இகழ, இராவணன் சீறி, கோபத்தால் பிராட்டியைக் கொல்லப் போனான். நல்ல வேளை, பிராட்டியைத் தொடர்ந்து காத்து வரும் அவர் கற்புத் தவமும், உங்கள் அருளும், நல் அறமும் காப்பாற்றவே, இராவணன் காவல் அரக்கியரிடம் 'அவளுக் குப் புத்தி வரும்படி வருத்துங்கள்' என்று சொல்லிவிட்டுப் போய் விட்டான்.

அரக்கியர்கள் என் மந்திரத்தால் தூங்கவே, அச்சமயம் பார்த்து பிராட்டி தன் உயிரைப் போக்கிக் கொள்ள எண்ணி ஒரு கொடியை எடுத்து மரத்தின் கிளையிலே கட்டி அதைத் தன் கழுத்திலே சுருக்கிட்டுக் கொள்ளப் போகும்போது நான் உங் களுடைய திருநாமத்தைச் சொல்லிக் கொண்டே போய் அவள் திருவடிகளை வணங்கித் தடுத்தேன். பிராட்டி இதுவும் வஞ்சக அரக்கனின் செயலாக இருக்குமோ என்று சந்தேகித்தாலும் 'நான் உயிர் துறக்கப் போகும் சமயத்தில் வந்து என் நாயகனின் திரு நாமத்தைச் சொல்லி உருக்கி உயிர் தந்தாய்' என்று மகிழ்ந்தாள்.

இராமன் மகிழ்ந்தான்

பிறகு நான் தெளிவாகக் கூறிய அடையாளங்களை எல்லாம் பொருத்தமுறப் பார்த்து, தங்கள் கணையாழியை நான் காட்ட வும், அதனை மரணத் தறுவாயில் உயிரைக் காப்பாற்றும் மருந்து போல பெற்றுக் கொண்டாள். தங்களை விட்டுப் பிராட்டி பிரிந்த பிறகு நிகழ்ந்தவைகளை எல்லாம் ஒன்று

விடாது முறைப்படி சொன்னேன். இவ்வளவு காலம் தாழ்ந்தது பிராட்டி இருக்கும் இடத்தை இன்னது என்று நாங்கள் அறியாததாலேதான் என்று சொல்லி, பிரிவால் தாங்கள் நைந்து உருகுவதையும் உணர்த்தினேன். அதனால் உயிர் பெற்றிருந்தாள்.

இங்கு நடந்தவைகளை நான் சொல்லக் கேட்ட பிராட்டி, அங்குள்ள நிலைமைகளையும் அடியேன் அறியும்படி சொன்னாள். 'இன்னும் ஒரு மாத காலம் உயிரை வைத்திருப்பேன். அதற்குள் என்னை வந்து அழைத்துப் போகச் சக்கரவர்த்தித் திருமகனாகிய தங்களுக்குத் திருவுளம் இல்லையெனில் உயிரை விட்டு விடுவேன்' என்று சொல்லித் தங்கள் திருவடிகளைத் தன் தலையின் மேல் வைத்துத் தாங்கள் இருக்கும் திக்கு நோக்கி வணங்கினாள். பிறகு தன் ஆடையில் பத்திரமாக முடிந்து வைத்திருந்த சூடாமணியை அடையாளமாக என் கையில் தந்தாள். தங்கள் கண்ணாரப் பாருங்கள், இதோ' என்று அனுமன் இராமபிரானிடத்தில் சூடாமணியைக் கொடுத்தான்.

இராமபிரானின் கையில் இருந்த சூடாமணி முன்னாள் தன் திருமணத்தின் போது அக்னியின் முன்னிலையில் தன் கையினால் பிடித்த பிராட்டியின் கையைப் போன்றாகியது. உரோமம் சிலிர்த்தது; கண்ணீர் வழிந்தது. மார்பு பொங்க, தோள்கள் துடித்தன; உதடுகள் மடிப்புண்டன; உயிர் வருவதும் போவதுமாக மேனி பூரித்தது.

தென்திசை வந்தனர்!

அப்போது அருகிலிருந்த சுக்கிரீவன் இராமபிரானிடம் தன் மகிழ்ச்சியையும் பகிர்ந்து கொள்ளும் விதமாக 'பிராட்டி நம்மிடம் வருவதும் நாம் பார்ப்பதும் எளிதாயிற்று' என்றான். உடனே இராமபிரான் 'சீதை இருக்கும் இடம் தெரிந்தபின்னும் காலதாமதமாக இங்கே வீணே இருக்கின்றாயே' என்று சொன்னதுதான் தாமதம், சுக்கிரீவன் பொருக்கென எழுந்து 'எழுக படைகள்!' என்று வானரப் படைகளுக்குக் கட்டளையிட்டான்.

உடனேயே பறையறிவிக்கும் வள்ளுவர் முரசறைந்து முடுக்கி விட, எழுபது வெள்ளம் வானர சேனையும் தென் திசையில் பரவிப் புறப்பட்டன. இராம - இலட்சுமணரும் விரைந்து உடன் சென்றனர். இலங்கையில் உள்ள அரக்கர்களின் சோர்வு இலாது காவல் செய்கிற திறத்தையும், பெருமையையும், கோட்டை, மதில், அகழி பற்றியும், அவர்களுடைய கணக் கற்ற எண்ணிக்கையையும் பிற சிறப்புக்களையும் அனுமன் சொல்லிக் கொண்டே வர... களைப்பு தோன்றாமலே நீண்ட வழியை எளிதாகக் கடந்து போனார்கள் வானர வீரர்கள். இரண்டு நாளில் முன்பு மகேந்திரமலையிலிருந்து அனுமனை முன் போகச் சொன்ன அங்கதன் முதலிய பிற வானர வீரர் களும் எதிர்ப்பட வந்து சேர்ந்து கொள்ள, எல்லோரும் சேர்ந்து இடையிடையே சோலைகள் அடர்ந்த மலைகளில் சிறிது இளைப்பாறி, நடந்து சென்று பன்னிரண்டாம் நாளில் தென் திசையில் உள்ள கடலைக் கண்டார்கள்.

சுந்தர காண்டம் முற்றிற்று.

இராம பட்டாபிஷேகம்

விபீடணன் இராவணனிடம் 'இலங்கை நகரம் ஒரு குரங்கு சுட்டதனால் எரிந்து போகவில்லை, சீதையின் கற்பினால் வெந்தது. ஆகவே சீதையை உடனே விடுவிப்பதே நன்மை பயக்கும்' என்று சொல்லி இரணியன் கதையை உதாரணமாகச் சொன்னான். இரணியன் சாகா வரம் பெற்று தன்னைக் கடவுளாகவே பாவித்துக் கொண்டான். அவன் ஆணவ அட்டகாசம் தாங்காமல் மகன் பிரகலாதன் வேண்ட... பரம்பொருள் நரசிங்க மூர்த்தியாய் அவதரித்து அவனை அழித்ததை எடுத்துச் சொன்னான். அது பொறுக்காமல் இராவணன் கோபம் கொண்டு விபீணனை இலங்கையை விட்டு வெளியேற்றினான்.

இராமபிரானிடம் அடைக்கலம் புகுந்த விபீடணனை, இராமன் சகோதரனாக ஏற்றான். வானரப் படைகளைக் கொண்டு சேதுவில் அணை கட்டிக் கடலைக் கடந்து இலங்கையை அடைந்தனர்.

அங்கதனைத் தூது அனுப்பியும் பிராட்டியைவிட இராவணன் மறுக்கவே, போர் மூண்டது. முதல் நாள் போரில் நிராயுத பாணியாய் நின்ற இராவணனை 'இன்று போய் நாளை வா' என்று அபயமளித்த இராமபிரான், அடுத்து போருக்கு வந்த கும்பகருணனைக் கொன்றான். இராவணனின் மகன் அதிகாயனை இலட்சுமணன் அழித்தான். இந்திரஜித் பிரம்மாஸ்திரத்தை விட, இலட்சுமணனும் வானரப் படையினரும் மாண்டனர். ஜாம்பவான் யோசனையால் அனுமன் பறந்து சென்று மலையையே கொண்டு வந்து அனைவரையும் உயிர் பிழைக்கச் செய்தான். இலட்சுமணன் இந்திரஜித்தனையும், இராமபிரான் இராவணனையும் அழித்தனர். இலட்சுமணன் விபீடணனை இலங்கை அரசனாக முடி சூட்டினான்.

விபீடணன் சீதாபிராட்டியை அலங்காரம் செய்து இராமனிடம் அழைத்து வந்தான். இராமன் கோபங்கொண்டு ஏசவே, சீதா பிராட்டி அக்னிப் பிரவேசம் செய்தாள். அவள் கற்பினால் வெந்த அக்னிதேவன் அவளைப் பழிப்பில்லாதவள் என்று இராமபிரானிடம் சேர்த்தான். சிவபெருமான் ஆணையால் சொர்க்கத்திலிருந்து தசரதன் பூமிக்கு வந்து இராமனைத் தேற்றி அவன் வேண்டும் வரம் அளிக்கிறான். தசரதன் தன் மனைவியும் மகனும் அல்ல என்று முன்பு துறந்த கைகேயியும் பரதனும் தனக்குத் தாயும், தம்பியும் ஆகவேண்டும் என்ற வரத்தை இராமன் கேட்க, தசரதனும் அப்படியே கொடுத்தான். அரக்கர்களை அழித்து தங்களுக்கு உதவியதற்காக வாழ்த்த வந்த தேவர்களிடம் இராமபிரான் போரில் இறந்த வானரங்கள் எல்லாம் மீண்டும் உயிர் பெறும்படி வரம் வேண்ட, அவர்களும் அப்படியே செய்தார்கள். விபீடணன் உதவிய புஷ்பக விமானத்தில் ஏறி அனைவருடனும் இராமன் அயோத்திக்குத் திரும்பினான்.

மறுநாளே பட்டாபிஷேகம் செய்ய நல்லநாள் என்று வசிஷ்டர் கூற, அனுமன் அன்றே சென்று ஏழுகடல் நீரும் புண்ணிய நதிகளின் தீர்த்தங்களையும் கொண்டு வந்தான். பளிங்கு மண்டபத்தில் அழகிய பீடத்தில் சீதாபிராட்டியுடன் இராமபிரான் இருக்க, மங்கல கீதம்பாட, வேத கோஷங்கள் முழங்க, சங் கொலிக்க, பல்வகை வாத்தியங்கள் ஒலிக்க, பூமழை பெய்ய வசிட்டர் முதல், முனிவர்கள், அந்தணர்கள், அமைச்சர்கள், பேரறிஞர்கள், சான்றோர்கள், சுக்கிரீவன், அங்கதன், அனுமன், விபீடணன், குகன் உள்ளிட்ட எல்லோரும் அபிஷேகம் செய்தனர்.

புண்ணிய நீராடிய பிறகு இராமபிரான் சீதாபிராட்டியுடன் அரியணையில் அமர்ந்தான். அரியணையை அனுமன் தாங்க, அங்கதன் உடைவாள் ஏந்த, பரதன் வெண் கொற்றக் குடை பிடிக்க, இலட்சுமணனும் சத்துருக்கனனும் இருபுறமும் கவரி வீச, திருவெண்ணெய் நல்லூர்ச் சடையப்பன் மரபுளோர் திருமுடியை எடுத்துக் கொடுக்க, வசிடரே வாங்கி முடி சூட்டினார். மகிழ்ச்சியில் திளைத்த மூன்று உலகங்களில் உள்ளோரும் வசிட்டர் தங்கள் தங்கள் தலையில் அந்த முடியைச் சூட்டியதாகவே உணர்ந்து மகிழ்ந்தனர்.

இராமபிரானும் தம்பியர் மூவருக்கும் மணிமகுடம் சூட்டி, பரதனைத் தன் செங்கோலாட்சியை நடத்துமாறு பணித்தான்.

பட்டாபிஷேகத்தைக் காண வந்த குகன், சுக்கிரீவன், அங்கதன், அனுமன், விபீடணன் மற்றைய துணைவர்கள் எல்லோருக்கும் இராமன் பரிசுகள் அளித்து விடைகொடுத்தான். அனுமன் செய்த பேருதவிக்கு மகிழ்ந்து இராமபிரான் அவனிடம் 'உன்னைப் போல் உதவ யாரால் முடியும்? இதற்கு நான் என்ன கைம்மாறு செய்து விடமுடியும்? நீயே வந்து என்னை ஆரத் தழுவி மகிழ்வாயாக!' என்று அடியவனைப் பெரியவனாக்கி மகிழ்ந்தான்.

இராமபிரான் தம்பியரொடும், துணைவரோடும் பன்னெடுங் காலம் எல்லோரும் 'எம்பெருமான்' என்று ஏத்தித் தொழுமாறு அறநெறி வழுவாது இனிதே நாட்டைக் காத்து வந்தான்.

நன்மையும் செல்வமும் நாளும் நல்குமே;
தின்மையும் பாவமும் சிதைந்து தேயுமே;
சென்மமும் மரணமும் இன்றித் தீருமே -
இம்மையே இ'ராம' என்று இரண்டு எழுத்தினால்.
நாடிய பொருள் கைகூடும்; ஞானமும் புகழும் உண்டாம்;
வீடுஇயல் வழிஅது ஆக்கும்; வேரிஅம் கமலை நோக்கும்;
நீடிய அரக்கர் சேனை நீறுபட்டு அழிய, வாகை
சூடிய சிலை இராமன் தோள் வலி கூறுவோர்க்கே.
அஞ்சிலே ஒன்று பெற்றான், அஞ்சிலே ஒன்றைத் தாவி,
அஞ்சிலே ஒன்று ஆறு ஆக, ஆர் உயிர் காக்க ஏகி,
அஞ்சிலே ஒன்று பெற்ற அணங்கைக் கண்டு, அயலார் ஊரில்
அஞ்சிலே ஒன்று வைத்தான், அவன் எம்மை அளித்துக் காப்பான்.

ராம நாம பக்கங்கள்

ராம	ராம	ராம	ராம	ராம	ராம	ராம	ராம

நாம	நாம	நாம	நாம	நாம	நாம	நாம	நாம

ரூபம	ரூபம	ரூபம	ரூபம	ரூபம	ரூபம	ரூபம	ரூபம

இன்பமே சூழ்க...
எல்லோரும் வாழ்க!